ഗ്രീൻ ബുക്സ്

യക്ഷിയും സൈക്കിൾയാത്രക്കാരനും

കരുണാകരൻ

കഥാകൃത്ത്, നോവലിസ്റ്റ്, കവി.
കഥ, നോവൽ എന്നീ വിഭാഗങ്ങളിൽ
കൃതികൾ രചിച്ചിട്ടുണ്ട്.
ഇപ്പോൾ കുവൈറ്റിൽ സ്വകാര്യ
സ്ഥാപനത്തിൽ ജോലി ചെയ്യുന്നു.

കവിത

യക്ഷിയും സൈക്കിൾയാത്രക്കാരനും

കരുണാകരൻ

ഗ്രീൻ ബുക്സ്

green books private limited
gb building, civil lane road, ayyanthole,
thrissur- 680 003, kerala, ph: +91 487-2381066, 2381039
website: www.greenbooksindia.com
e-mail: info@greenbooksindia.com

malayalam
yakshiyum cycleyathrakkaranum
poem
by
karunakaran

first published july 2017

cover design : rajesh chalode
cover photo : leonardo emiliozz/shutterstock

branches:
thrissur 0487-2422515
palakkad 0491-2546162
kannur 0497-2763038
thiruvananthapuram 8589095301

isbn : 978-93-86440-56-3

GBPL/927/2017

“മക്കൾക്ക്,
കല്യാണിക്കും
മീനാക്ഷിക്കും”

“ഒരു കുടം വെള്ളത്തിൽ
മുങ്ങി കിടക്കുന്നു
പൂതമാവാൻ ഒരു
ചെറുകാറ്റ്”

നന്ദി പറയുന്നു

യക്ഷിയും സൈക്കിൾ യാത്രക്കാരനും, എന്റെ ആദ്യ കവിതാസമാഹാരമാണ്. കഴിഞ്ഞ മുപ്പതു വർഷത്തിനിടയ്ക്ക് എഴുതിയതും സൂക്ഷിച്ചതും. ഒറ്റയ്ക്കും വെറുതെയും ഇരിക്കുന്ന ഒരാളെ ഇപ്പോൾ എനിക്ക് സങ്കല്പിക്കാനാകും. വെയിലോ മഴയോ ഇളകുന്ന നിഴലോ നോക്കി ഏറെ ഏറെ സംസാരിച്ചിരുന്ന എന്റെ ബാല്യം അമ്മയെ സങ്കടപ്പെടുത്തിയിരുന്നു എന്ന് കേട്ടിട്ടുണ്ട്. വളരെ വളരെ വൈകി ആ കുട്ടിയെ ഞാൻ കണ്ടുമുട്ടുന്നത് പക്ഷേ, പലയിടങ്ങളിലും വെച്ചാണ്. ഞാൻ പാർത്ത പട്ടണങ്ങളിൽ, യാത്ര ചെയ്ത വണ്ടികളിൽ ഒക്കെ. മുതിർന്ന ആളെപ്പോലെ, മൗനം ശീലമാക്കിയ ഒരാളെപ്പോലെ. കവിത എഴുതിയതൊക്കെ ആ മൗനത്തിലോ ശീലത്തിലോ ആണ്. ഇങ്ങനെയൊരു കവിതാസമാഹാരത്തിൽ താത്പര്യം പ്രകടിപ്പിച്ച ഗ്രീൻ ബുക്സിന്റെ കൃഷ്ണദാസിനോട് നന്ദി പറയുന്നു. സ്നേഹലതയ്ക്കും.
ഈ കവിതകൾ വായിക്കുകയും ഇതിനൊരു ആമുഖം എഴുതിത്തരുകയും ചെയ്ത അജയ് പി. മങ്ങാട്ടിനു നന്ദി, കവിതകൾക്കൊപ്പം പോയി, ഒരു മറുകുറി തന്ന അനിത തമ്പിക്കും നന്ദി പറയുന്നു.
സച്ചു തോമസിന്, ആ വായനയ്ക്ക്, തിരിച്ചുവരവുകൾക്ക്.
ബിന്ദുവിനും നന്ദി പറയുന്നു, എഴുത്തിനെപ്പറ്റിയും ചിത്രങ്ങളെപ്പറ്റിയും പറയുന്ന നീണ്ട ഇരിപ്പുകൾക്ക്.
കല്യാണിക്കും നന്ദി പറയുന്നു. അച്ഛന്റെ കവിത നോക്കട്ടെ എന്ന് അവൾ കവിയായിത്തന്നെ എന്നെ നേരിട്ട നേരങ്ങളും നല്ല ഓർമ്മയാണ്. പിന്നെ, കവിതകൊണ്ട് എന്നെ മോഹിപ്പിച്ച എല്ലാവർക്കും നന്ദി.

കരുണാകരൻ

ഓർമ കൊണ്ടുള്ള ഉപമകൾ

അജയ് പി. മങ്ങാട്ട്

“പുസ്തകങ്ങൾ
കാതടപ്പിക്കുന്ന കാറ്റായി
ഒറ്റ കാലൊച്ചയായി
ഓർമകൾക്കുള്ളിൽത്തന്നെ
കുരുങ്ങിക്കിടക്കുന്നു.”

\- കരുണാകരൻ

ഞാൻ ഓർക്കാൻ പോകുന്ന കാര്യങ്ങളിൽ കരുണാകരന്റെ കവിതയുടെ ഭൂപ്രദേശം നിറഞ്ഞുനിൽക്കുന്നു. ചെറുപ്പത്തിൽ, ഞങ്ങൾ, നാട്ടിലെ ഏറ്റവും ഉയരമുള്ള കുന്നിലെ പാറക്കെട്ടിൽ വൈകുന്നേരങ്ങളിൽ ചെന്നിരിക്കുമായിരുന്നു. അവിടെയിരുന്നാൽ ഏകമായ ആകാശവും പല മേഘങ്ങളും താഴ്ന്നുപോകുന്ന കുന്നിൻനിരകളും ഇടയിലെ പുഴയും കാണാം. ഓരോരോ നെടുവീർപ്പായി കാറ്റ് നിരന്തരം വന്നു കൊണ്ടിരിക്കും. ആലോചനകളിൽ വെയിൽ നീണ്ടുനിവർന്നു കിടക്കും. ‘പക്ഷികൾ അതുവരെ പറന്ന ആകാശം നിശ്ശബ്ദമായതും, ഞാൻ ഒരു കവിത സ്വപ്നം കണ്ടു” എന്ന കരുണാകരന്റെ വരി ഉണ്ടായത് അവിടെയാണെന്ന് ഞാൻ വിചാരിക്കുന്നു. ‘ഒരു പച്ചമരക്കൊമ്പും ഒരു പതാകയും അപ്പോൾ പുറപ്പെട്ടുവന്ന കാറ്റും ആ കവിതയെ കൊണ്ടുപോയി’ എന്നതും. അന്തിവെട്ടത്തിനൊപ്പം വാക്കുകൾ കുന്നിറങ്ങിയിട്ടുണ്ടാകണം അല്ലെങ്കിൽ മലഞ്ചെരിവിൽ പിന്നാലെ പോകാനാവാത്ത മൺപൊത്തുകളിലൊന്നിലേക്ക് അവ ഒളിച്ചു കടന്നിട്ടുണ്ടാകണം.

കരുണാകരന്റെ കവിത കൂടെയിരിക്കെ ഞാൻ ഡബ്ല്യൂ.ജി. സെബാൾഡിന്റെ ‘എക്രോസ് ദ് റിവർ ആൻഡ് ദ് വാട്ടർ’

എന്ന കാവ്യസമാഹാരവും വായിക്കുകയായിരുന്നു. ആ കവിതകളിൽ സെബാൾഡിൽ ഭൂപ്രദേശം എങ്ങനെയാണെന്നു നോക്കൂ: യൂറോപ്പിലെ പ്രത്യേക സ്ഥലം, ആ ഭൂഖണ്ഡത്തിന്റെ ചരിത്രത്തിൽ രേഖപ്പെടുത്തിയത്, അതു മൂകമാണ്. അതിലടക്കം ചെയ്യപ്പെട്ട ഭൂതകാലവും മൂകമാണ്. ഭൂതകാലം പ്രദേശത്തിന്റെ അടരുകൾക്കു കീഴെയിരുന്ന് കവിയെ ഉറ്റുനോക്കുന്നു. ഈ മൂകതയെ വായിക്കുകയാണ് കവി ചെയ്യുന്നത്.

കരുണാകരനിൽ നാം കാണുന്നത് ഒരു പ്രത്യേക സ്ഥലമോ പ്രത്യേക ചരിത്രമോ അല്ല. പ്രവാസി, കവി, പുലർച്ചയ്ക്കുള്ള ബസ്സിലെ ഇരുളിൽ നാട്ടിൽനിന്നു പോയ ആൾ, ഭൂതങ്ങളിൽനിന്നും അടർത്തിയെടുത്ത അയാളുടെ പ്രദേശം അയാൾക്കൊപ്പം അന്യനാടുകളിലേക്കു സഞ്ചരിക്കുന്നു. അയാൾക്ക് നാട്ടിലെ വെയിലിന്റെ ഗന്ധമറിയാം, കാറ്റിന്റെ രഹസ്യസ്പർശമറിയാം, കുളപ്പടവുകളിലെ നനഞ്ഞ കാലടികൾ കാണാം. കാറ്റ്, ജലം, വെയിൽ എന്നിവയെല്ലാം കവിതയുടെ മൂലകങ്ങളാണ്. 'ഈ മരത്തിൽ ഒരു പക്ഷിയുണ്ട്. അതിനെ കണ്ടുപിടിക്കുമോ'. ശരി. അതിനു മുൻപേ ഇതിലെ കാറ്റ് എവിടെയെന്നു കാണിച്ചുതരൂ. എനിക്കുമറിയാം കാറ്റും പക്ഷിയും. എന്നാലതു കാട്ടിക്കൊടുക്കാനുള്ള സൂത്രമറിയില്ല. ഫരീദുദ്ദീൻ അത്താറിന്റെ കാവ്യത്തിലെ പക്ഷികളെ പോലെ അവ ദേശാടനം ചെയ്യുകയാണ്. അവരുടെ രാജാവ് ദൂരെയെവിടെയോ ആണ്. കഥകളാണ് അവരെ കൊണ്ടുപോകുന്നത്. കഥയിലാണവരുടെ സഞ്ചാരം. കഥ തന്നെയാണു കാവ്യവും. അതാണ് അവരുടെ ദേശവും. ഒടുവിൽ കണ്ടെത്തുന്നുണ്ട്, പക്ഷികളുടെ രാജാവിനെ. ലോകം മുഴുവൻ അവർ തിരഞ്ഞ രാജാവാകട്ടെ യഥാർത്ഥത്തിൽ വസിക്കുന്നത് അവരവരുടെ ആത്മാവിനകവും. ഇതൊരു സൂഫിമാർഗമാണ്. കവിയുടെ മാർഗമാകട്ടെ ആത്മാവിനകത്തേക്കു ദൈവത്തെയല്ല, ഭൂപ്രദേശത്തെ കൊണ്ടുവന്നിരുത്തലാണ്. ഇങ്ങനെ കൊണ്ടുവരുന്നത് അദ്ഭുതലോകത്തിലേക്ക് ആലീസ് വീണതുപോലെ ഒരു വീഴ്ചയാണ്. ആലീസിന്റെ വീഴ്ചയിൽ സ്ലോമോഷൻ ആണത് - അവൾ കാണുന്നത് ചുറ്റിനും അടുക്കിവച്ചിരിക്കുന്ന പുസ്തകങ്ങൾ ആണ്. പുസ്തകങ്ങൾക്കിടയിലൂടെയാണ് ആലീസ് അദ്ഭുതലോകത്തെത്തുന്നത്. അവൾക്കു സ്ഥിര രൂപം നഷ്ടമാകുന്നു. സ്വന്തം കണ്ണീരിൽ

മുങ്ങിത്താഴും വിധം അവൾ ഒരു കീടമായിത്തീരുന്നു. താനാരാണ് എന്ന് അവൾ സ്വയം ചോദിക്കുന്നു. അപാരമായ ജലത്തെ, പ്രാണനെ കൊണ്ടുവന്ന സാഗരത്തിന്റെ മഹാപ്രതാപത്തെ ഓർത്ത് 'ആരാണീ കടൽ' എന്ന് ബോർഹസ് ചോദിച്ചല്ലോ. കവിതയിലൂടെ താഴേക്കു വീഴുകയാണെങ്കിൽ നാം ചെന്നെത്തുന്ന ഭൂപ്രദേശമാണു കരുണാകരന്റെ കവിതയിലുള്ളത്. അത് പുറം ലോകത്തോടുള്ള അകംലോകത്തിന്റെ വിനിമയങ്ങളാണ്. ഭൂമിയിലെ വസ്തുക്കൾ, പഞ്ചഭൂതങ്ങൾ, ഓർമയുടെ ഉടലുകളായിത്തീരുന്നു. കാറ്റ് ഒരു പക്ഷി ഒരു കടവ് ഒരു നിഴൽ ഒരു കാൽപ്പാദം എല്ലാം നാം ജീവിച്ചതിന്റെ അടയാളങ്ങളാകുന്നു. ആ കണ്ടതു പക്ഷി മാത്രമല്ലെന്നും ആ പക്ഷിയുടെ നിറവും ഗന്ധവും പകരുന്നതു വേറെന്തൊ ആണെന്നും അതൊരു അനുഭൂതിയാണെന്നും നാമറിയുന്നു:

'പക്ഷീ
നിന്റെ കൊക്കിൽ ചൂടിയ ഈ നിറം
നിന്റെ ഇരിപ്പിൽനിന്നുതന്നെ
കൊത്തിയെടുത്തതാണോ?'

അതാണോ ഇപ്പോൾ കാൽനഖങ്ങളിൽ പുരളുന്നതും
മുൻപേ നിറുകയിൽ തൂകിയതും

പക്ഷീ,
ഇതാണോ സുഗന്ധതൈലം പൂശിയ
ആ ഇരിപ്പ്?
ഉയിർത്തെഴുന്നേല്പിനു മുൻപ്
മരണത്തിനു മുൻപ്'

'ഇതാണോ സുഗന്ധതൈലം പൂശിയ ആ ഇരിപ്പ്' എന്നു കേൾക്കാറെ ക്രിസ്തു പ്രത്യക്ഷനാകുന്നു. പാപിയായ ആ സ്ത്രീ കരയുകയും കണ്ണീരിനാൽ അവന്റെ പാദങ്ങൾ കഴുകയും അവളുടെ തലമുടികളാൽ പാദങ്ങൾ തുടയ്ക്കുകയും അവിടെ ചുംബിക്കുകയും ചെയ്യുന്നു. കൂടുതൽ ഇളച്ചു കിട്ടുന്നവൻ കൂടുതൽ സ്നേഹിക്കുന്നു എന്ന ക്രിസ്തുവാക്യം നാം കേൾക്കുന്നത് അപ്പോഴാണ്.

ചുംബനത്താൽ ഊഷ്മളമാക്കപ്പെട്ട തന്റെ ശരീരം കുരിശിൽ എത്രയെത്ര വേദനിക്കാൻ പോകുന്നുവെന്നാണോ ക്രിസ്തു ആലോചിച്ചിട്ടുണ്ടാകുക? സ്മരണയുടെ, സ്നേഹത്തിന്റെ,

വേദനയുടെയും രൂപകമാകുന്നു, പക്ഷി. ലഭ്യമായ വാക്കുകൾ, സാധ്യമായ ആംഗ്യങ്ങൾ, അറിയാവുന്ന ശൈലികൾ എന്നിവയെല്ലാം ഉപയോഗിച്ചുകൊണ്ടാണ് അതിനപ്പുറമുള്ള ജീവിതാനുഭവത്തെയോ പ്രാണരഹസ്യത്തെയോ ഭാവിയെയോ വിശദീകരിക്കാൻ കവി ശ്രമിക്കുന്നത്. കവിത തോന്നി, കവിത ആലോചിച്ചു, ആ വാക്യം സങ്കല്പിച്ചു, അങ്ങനെയെഴുതാൻ വിചാരിച്ചു എന്നെല്ലാം പറയുന്ന കവി വായനക്കാരെ പൂർണവിശ്വാസത്തിലെടുക്കാൻ ശ്രമിക്കുകയാണ് ഇപ്പറഞ്ഞ കഥയല്ലാതെ, ഈ ദൃഷ്ടാന്തമല്ലാതെ, ഈ വാക്യമല്ലാതെ ഇതിനപ്പുറമെന്തോ താൻ പറഞ്ഞേക്കുമെന്ന ജിജ്ഞാസ. ഇതാണ് അലസ വായനയുടെ പ്രാരംഭത്തിൽ കവിത രസിക്കില്ലെന്നുതോന്നും. എന്നാൽ ഒരുദിവസം, നിരന്തരമായ വരവുകളിലൊന്നിൽ നിങ്ങൾ കൈയോടെ പിടിയിലാകുന്നു:

'രാത്രിയുടെ പക്ഷിയല്ലെങ്കിലും
പിന്നെ എപ്പോഴോ നീ വന്ന
പകൽ ഓർമ വന്നു'

2

മാർക്വേസിന്റെ ഒരു കഥയിൽ (ദ് സീ ഓഫ് ലോസ്റ്റ് ടൈം), ഭയങ്കര ചൂടുള്ള ഒരു രാത്രിയിൽ കടലോര നിശാപാനശാലയിൽ കൂടിയിരിക്കുന്ന മനുഷ്യർ പഴയ ചില പാട്ടുകൾ കേൾക്കുകയാണ്. ഓരോ പാട്ടിലും ഓരോരുത്തരും ഭൂതകാലത്തിൽനിന്നുള്ള ഓരോ സ്വകാര്യങ്ങളെ കണ്ടെടുത്ത് അതിലൂടെ സഞ്ചരിക്കുന്നു. ഒരേ പാട്ട് തന്നെ പല സ്മരണകളുടെ വാഹിനിയായി തീരുകയും പല ഭൂപ്രദേശങ്ങളെ കൊണ്ടുവരികയും ചെയ്യുന്നു. അങ്ങനെ പുലരുവോളം അവരെല്ലാം പഴയപാട്ടുകൾ കേൾക്കുകയും പോകാവുന്നത്ര ദൂരം പോയി ഭൂതകാലത്തിൽനിന്നും ഒരു ഭൂഖണ്ഡം തന്നെ എടുത്തുകൊണ്ടുവരികയും ഇനി ഓർക്കാനൊന്നുമില്ലോ എന്നോർത്തു നെടുവീർപ്പിടുകയും ചെയ്യുന്നു.

ഇങ്ങനെ ഓർമയിലെ പ്രദേശങ്ങളെ (ലാൻഡ്സ്കേപ്) ഇപ്പോഴുള്ള ഒരിടത്തിലേക്കു കൊണ്ടുവന്നു നോക്കുന്നതാണ് കവിത. 'ചില സ്ഥലങ്ങൾ അവയുടെ മുൻജന്മങ്ങൾ ഓർക്കുന്ന പോലെ'. നേരത്തെ ഓർത്തിട്ടും കാണാതിരുന്ന

ചില ഇടങ്ങൾ,ചിലതരം വാക്യങ്ങൾ പൊടുന്നനെ കാണായി വരുന്നു. ചിലപ്പോൾ ഒരു ഓർമയിൽ മുൻപില്ലാതിരുന്ന ഒന്ന് നാം വേഗം കേറിവരും. ഒരു ഉപമയോ ഒരു സംഭവമോ. ഒരു കടലാസ് എടുത്തു നാം കരുണാകരന്റെ കവിതയിലെ ചില വാക്കുകൾ എഴുതുകയാണെങ്കിൽ ഓർമ, മണം, വെയിൽ, പക്ഷി, തെരുവ്, കാറ്റ്, പന്ത്,അവൾ,അച്ഛൻ എന്നിങ്ങനെ നിരക്കും.

അച്ഛനുള്ളതാണ് കരുണാകരന്റെ കവിതയിലെ നല്ല കുറേ അധികം സന്ദർഭങ്ങൾ. വെളുക്കും മുൻപേ അച്ഛൻ ബസ് കേറ്റിവിടാൻ വരുന്നതുമുതൽ നട്ടുച്ചയ്ക്കു ടോർച്ച് മിന്നിച്ച് അച്ഛൻ മുന്നിലെത്തിയതുവരെ. പന്തുമായി ബസ്സിൽ കയറു മ്പോൾ ഓർമ വന്നതൊഴിച്ചാൽ പിന്നെ അച്ഛനെ ഓർത്തതേ യില്ല എന്ന വാക്യം. അച്ഛന്റെ മരണം അച്ഛന്റേതായ ശമി ക്കാത്ത സാന്നിധ്യങ്ങൾക്കിടയിലെ ഒരു സംഭവം മാത്രമാണ്. വൈലോപ്പിള്ളിയുടെ സാവിത്രിയിലേതു പോലെ അച്ഛനെ തൊട്ടും അച്ഛനെ മണത്തും നിൽക്കുന്ന വരികളിലെ 'തണുപ്പ് ഒരു മൈതാനം പോലെ വളയുന്നു'.

ഒരാൾ മരണത്തോട് അടുക്കുന്തോറും കൂടുതലായി ഓർമി ക്കാൻ തുടങ്ങുന്നുവെന്ന് ജോസഫ് ബ്രോഡ്സ്കിയുടെ വാക്യം മുന്നിൽ വച്ചാൽ ഒരു ചോദ്യമുണ്ടാകും - എന്താണ് ഓർമ? എന്താണതിനു പൊരുൾ? 'കാലം നഷ്ടവും സ്മരണ യുമാണെ'ന്ന ബോർഹസിന്റെ വാക്യം കൂടി തരാം. വീട്ടിൽ പുസ്തകങ്ങൾ വച്ചിട്ടുള്ള അലമാരയ്ക്കു പിന്നിൽ ഓർമ പോയപോലെ ഒരാൾ നിൽക്കുന്നതിനെപ്പറ്റി കരുണാകരൻ എഴുതിയത് എന്തുകൊണ്ടെന്നാണെന്ന് അപ്പോൾ തെളിഞ്ഞുകിട്ടിയേക്കും. ദീർഘമായ ഒരു കവിത വിചാരിച്ചു കവി പകൽ മുഴുവനും നടന്നത് അതാണ്. 'അപ്പോൾ ഒരാൾ തോട്ടത്തിൽ ഒറ്റയ്ക്ക് ഇരിക്കുന്നു. അയാൾ ദൈവമാകാം എന്നു സംശയം തോന്നി'. തിരസ്കൃതനാണ് തോട്ടത്തിൽ പോയി ഒറ്റയ്ക്കിരുന്നു പ്രാർത്ഥിക്കുകയും വിലപിക്കുകയും ഒടുവിൽ തന്റെ ഹൃദയം മരണവേദനയാൾ പിടയുന്നതായും അറിയുന്നത്.

'നീ എന്റെ കൂടെ വരുമോ?
യേശു മറിയത്തോടു ചോദിച്ചു
അവൾ യേശുവിന്റെ നെറ്റിയിൽ ഉമ്മ വച്ചു
ഒരു കുഞ്ഞിനെയെന്നവണ്ണം

അവളുടെ മടിയിൽ കിടത്തി
കണ്ണുകൾ അടച്ചു നിശ്ശബ്ദമായി പ്രാർഥിച്ചു
ഈശോയേ!
നീ വീണ്ടും അവനെ അവനു കാണിച്ചുകൊടുക്കണമേ
ഇവനെയും
ഇവന്റെ അദ്ഭുതപ്രവൃത്തികളെയും
ഞങ്ങളെയും നീ
ഇനിയും കാത്തുകൊള്ളണമേ!'

3

നല്ല എഴുത്തുകാരിൽ പലരും സ്വന്തം വായനയോടുള്ള പ്രതികരണമായിട്ടാണ് എഴുതുന്നത്. പ്രിയ പുസ്തകങ്ങൾക്കുള്ള നന്ദിവാക്കുകളായി എഴുത്തു മാറുന്നു. തന്റെ പുസ്തകങ്ങളിലൊന്നിനുള്ള മുഖക്കുറിപ്പിൽ ബോർഹസ് പറയുന്നുണ്ട്, ഇതിലുള്ളതെല്ലാം സാങ്കല്പിക പുസ്തകങ്ങളെക്കുറിച്ചുള്ള തന്റെ നിരൂപണങ്ങളോ വിവരണങ്ങളോ ആണെന്ന്. ഇല്ലാത്ത ഒരു പുസ്തകം ഭാവന ചെയ്ത് അതേപ്പറ്റി എഴുതുക. സ്മരണകളുടെ വായനയായി, വായിച്ച പുസ്തകങ്ങളുടെ ഓർമകളായി കവിത മാറുന്നത് നാം കരുണാകരനിൽ കാണുന്നു. ഭൂതകാലത്തെ തിരയുകയല്ല, ഭൂതകാലത്തിന്റെ അരങ്ങാണത്. അങ്ങനെ ഒരു അരങ്ങിൽ നിൽക്കുമ്പോൾ തോന്നും 'നിന്നെപ്പറ്റി ഓർത്തതൊന്നും അധികമായില്ല' എന്ന്.

'അതു കൊണ്ടു നീ പോയപ്പോൾ
പഴക്കമുള്ള ഒരാഴത്തിൽ
ഒരു തെരുവ്
അന്തിയുറങ്ങുന്നു എന്നു ഞാൻ
അപ്പോൾ തന്നെ ഓർത്തത്'

അതായത് താൻ കവിത വിചാരിക്കുകയാണെന്നു കവി തന്നെ റിപ്പോർട്ട് ചെയ്യുകയാണ്. പത്താം വയസ്സിനും നാല്പതാം വയസ്സിനും ഇടയിലെ കാലമോ ദൂരമോ ഒരാൾക്ക് ഓർക്കുക അറുപതാം വയസ്സിൽ എളുപ്പമായിരിക്കില്ല. ഓർമകളുടെ ഒരു വർഷത്തിന് എത്ര സ്ഥലം എന്ന് അളവെടുക്കാനാവില്ല. 'വാനിൽ ഇന്നത്തെ പക്ഷിയെ പോലെ പറന്ന കാലം ഓർമയുണ്ട്..' 'നാല്പതാം വയസ്സിൽനിന്ന് എഴുപതാം വയസ്സിലേക്ക്

ഒരു പതിന്നാലുകാരനെപ്പോലെ ഓടിപ്പോകുന്നത്' പ്രേമത്തിൽ നിൽക്കുമ്പോഴാണ്. പ്രേമം എന്നാൽ, അവളെ ഉമ്മ വയ്ക്കുന്നതുമാത്രമല്ല, കവിത വായിക്കുന്നതുമാണ്

'ഞാൻ വായിച്ച കവിതകളിൽ
എത്രയോ മരങ്ങളുണ്ട്
അഴകോടെ നിന്ന മരങ്ങൾ
പാട്ടുകൾ മൂളിവന്ന ഉറക്കം പിന്നെ
അഴിക്കാത്തെ, കേട്ടു മണത്ത്
കൂടെ നിർത്തിയിട്ടുണ്ട്
ഒരു കാടു വച്ചു പിടിപ്പിക്കാൻ.'

ഓർമ ഒന്നിൽനിന്ന് മറ്റൊന്നിലേക്കു ചുറ്റിപ്പിടിക്കുകയാണു ചെയ്യുന്നത്. കാടായി ചുറ്റിപ്പിണയുന്നത്. പഴയ കടലാസുകൾക്കിടയിൽ മറന്ന വരി തിരയുന്നത്. വാർധക്യത്തെപ്പറ്റി ഒരിക്കലെഴുതിയത് ഓർക്കുമ്പോൾ അമ്മയെ ഫോണിൽ വിളിച്ചു സംസാരിക്കുന്നത്. അപ്പോൾ തെളിയുക അമ്മയോടൊപ്പം കഴിഞ്ഞ വീടാണ്. ഇങ്ങനെയുള്ള വിചാരം അസ്തമയത്തിൽ ഒരു ഗ്രഹം പോലെ മാഞ്ഞുവെന്നു കരുണാകരൻ എഴുതുന്നുണ്ട്. മറ്റൊരു ഗ്രഹമായി മാഞ്ഞുപോകുന്ന സ്മരണകൾ. ചായ കുടിക്കാനിരിക്കുമ്പോൾ പഴയ ടീ ഷോപ്പ് തെളിഞ്ഞുവരും. അതിപ്പോഴില്ല. ഒരിക്കൽ അതായിരുന്നു പകലിന്റെ കേന്ദ്രം. രാത്രിയായാൽ കാണാതാകുന്നതും ഒരൊറ്റ മുറി മാത്രമുള്ളതും ഒച്ചയും വെളിച്ചവുമായി സമയം പകുത്തുനിൽക്കുന്ന ആ ടീ ഷോപ്പ്. പഴയ കാലത്തുനിന്നു പ്രായമേറിവരുന്ന കാലത്തേക്കുള്ള സഞ്ചാരത്തിൽ വരുന്നതാണ് ആ ടീ ഷോപ്പ്. ഭൂതകാലത്തിന്റെ ഇത്തരം അടയാളങ്ങൾ കവിതയിലേക്ക് എന്നും മടങ്ങിവന്നു സംസാരിച്ചുകൊണ്ടിരിക്കും. പിന്നിൽനിന്നു മാറില്ല. എപ്പോഴും മിണ്ടണമെന്നില്ല. എങ്കിലും എന്നും കൂടെയുണ്ടാകും.

'ചില ഓർമകൾ അന്ധരെപ്പോലെ കൃത്യമായി നടന്നുവരുന്നു
ഒച്ചയ്ക്കു ചെവി കൊടുത്തോ
സ്പർശനത്തിനു കൈ നീട്ടിയോ
ദൂരെ നിന്നുതന്നെ കാണാൻ കിട്ടുന്നു'

ഓർമ എവിടെനിന്നോ പുറപ്പെട്ടുവരുന്നതാണ്. പുറമേയുള്ള അടയാളങ്ങൾ അകത്തുള്ള കാലത്തെ മണിയടിച്ച് ഉണർത്തുന്നു. അന്ധരുടെ ഇന്ദ്രിയബോധത്തിന്റെ കൃത്യത,

അനുമാനം, ജാഗ്രത. ഇതാണ് ഓർമകളെയും വഴിതെറ്റാതെ നയിക്കുന്നത്. ഗന്ധങ്ങളും സ്പർശനങ്ങളും കൃത്യമായി അറിയാവുന്ന, ദൂരെവച്ചേ തിരിച്ചറിയുന്ന വരവാണത്. കവിതയുടെ ഭൂപ്രദേശം പുറംലോകത്തെ അകംലോകത്തിലേക്കു പരിവർത്തനം ചെയ്യിക്കുന്ന രാസക്രിയയാണ്. വർഷങ്ങളുടെ ദൈർഘ്യം ഇല്ലായ്മ ചെയ്യുന്ന സമയനിഷേധമാണ് ഓർമയെ ബലമുള്ളതാക്കുന്നത്. ഫ്ളോറൻഡിനോ അരീസ എന്ന കവിത വായിക്കുക. ലവ് ഇൻ ദ് ടൈം ഓഫ് കോളറയിലെ കാമുകനാണ് ഫ്ളോറൻഡിനോ അരീസ. ഈ കാമുകൻ കാലത്തെ ജയിച്ചവനാണ്. വർഷങ്ങൾ അയാളെ വൃദ്ധനാക്കുകയോ തളർത്തുകയോ ചെയ്യുന്നില്ല. ഈ കവിതയിൽ രണ്ടുപേർ ബസ്സിൽ പോകുന്നു. അവർ പരസ്പരം പ്രേമിക്കുന്നവരല്ലെന്നു തോന്നുന്നു. പക്ഷേ അവരുടെ ഇടയിൽ കാലം വീർപ്പുമുട്ടി നിൽക്കുന്നതായി നാമറിയുന്നു. അവരിലൊരാൾക്ക്(?) മാർക്വേസിന്റെ പുസ്തകമറിയാമെന്നും:

'എവിടെയോ കടലിന്റെ അടിത്തട്ടിൽ കിടക്കുന്ന
ഒരു മൂർത്തിയുടെ ഓർമ അതു കൊണ്ടുവന്നു
അല്ലെങ്കിൽ കടലിന്റെ അടിത്തട്ടിൽ
ഉപേക്ഷിക്കപ്പെട്ട നിധിയുടെ മണം'

എന്തുകൊണ്ടോ ആ ബസ്‌യാത്രയുടെ സമയം നെരൂദയുടെ കവിതയും എനിക്കോർമ വന്നു. അത് എലമെന്റൽ ഓഡ്സിലെ ഒരു കവിതയാണ്. രാത്രിനേരം. ഒപ്പമുള്ളവൾ ഉറങ്ങുന്നു. തനിക്ക് ഉറക്കം വരുന്നില്ല. അവൾ തന്റെ നെഞ്ചിലേക്ക് വച്ച കയ്യിൽ കെട്ടിയ വാച്ച് മിടിക്കുന്നു. രാത്രി ശ്വസിക്കുന്നത് അറിയുന്നു. രാത്രിയുടെ ഓരോ വസ്തുവും ഓരോ ചലനവും അപാരമായ കാലത്തിൽ ആണ്ടുകിടക്കുന്നതു നാം അറിയുന്നു

'ഭൂമിയിലേക്ക്
ഒരില വീഴുന്നു
ഒരു തുള്ളിവീഴുന്നു
ആ വീഴ്ചയുടെ സ്വരവും ഇല്ലാതാകുന്നു;
ഉറക്കം മരങ്ങൾക്കുമീതേ വീഴുന്നു
ജലത്തിനുമീതേയും
മണികൾക്കുമീതേയും
കൺപോളകൾക്കുമീതേയും' (നെരൂദ)

നാമുറങ്ങാൻ പോകുന്നു, നമ്മുടെ നിശ്വാസത്തെ ശ്രവിച്ചു കൊണ്ട്. പ്രാണനെയും കാലത്തെയും ശ്രവിച്ചുകൊണ്ട്. 'മാനത്ത് ആ ദിവസത്തെ ആദ്യത്തെ പക്ഷിവന്നു'എന്ന കരുണാകരന്റെ വാക്യം ഞാൻ പലപ്പോഴും ഓർമിച്ചു. അതു കവിതയുടെ സൂത്രവാക്യം പോലെ എന്റെ ഉള്ളിൽ കിടന്നു. കവിതയുടെ ആകാശത്തെയാണ് അതു കാട്ടിയത്. ഉയരമുള്ള കുന്നിനു മുകളിൽനിന്ന് ഞാൻ കാണാറുണ്ടായിരുന്ന കണ്ട ആകാശം. അവിടെ ചെരിഞ്ഞുവന്ന പക്ഷി, അതിന്റെ ചിറകിന്റെ നിറം, ആ നിമിഷം 'അവളറിയാതെ അവളുടെ ചെവിയിൽ ചുണ്ടുകൾ കൊണ്ടു ഞാൻ തൊട്ടു'. അത് ത്യജിക്കപ്പെട്ട കാമുകന്റെ ഉമ്മയും കവിത കണ്ടെത്തിയാളുടെ വാക്കുമാണ്. മരണമോ ഓർമയോ എന്ന് കരുണാകരൻ ചോദിക്കുന്നുണ്ട്. രണ്ടും ഒന്നാണോ. നമ്മുടെ നിഷ്ക്കളങ്കതകളെയും നമ്മുടെ മോഹങ്ങളെയും നാം സ്വയം പൊറുത്തു നൽകട്ടെ എന്നു പ്രാർഥിക്കാനാണ് എനിക്കു തോന്നുന്നത്. ഈ വരി ഞാൻ മറ്റാരിൽനിന്നോ കടമെടുത്തു പറയുന്നത്. സ്വന്തമായി എനിക്ക് ഒന്നും വരുന്നില്ല. 'തല കീഴായി തൂങ്ങിക്കിടന്നു. താഴെ തേൻ പോലുറങ്ങും കാറ്റിനെ കാത്ത്, പറക്ക്, പറക്ക് എന്ന് ഓർമിപ്പിക്കാൻ..'

4

കരുണാകരന്റെ കവിതയിലെ ഭൂപ്രദേശം, സ്ഥലങ്ങൾ, അടയാളങ്ങൾ... പ്രേമവിചാരങ്ങളെ കൂടി പറയാതെ പോകാനാവില്ല. ഓരോ പ്രേമവും പ്രവാസം പോലെ തന്നെ തോന്നും. പ്രേമിച്ചിരുന്നിടത്തുനിന്നല്ല പ്രേമത്തിനുശേഷമുള്ള ഇടത്തുനിന്നാണ് നാം അതേപ്പറ്റി ഓർക്കുക. നഗരത്തിലെ പഴയ ചില ഇടങ്ങൾ പോലെ. ആളുകൾ ഉപേക്ഷിച്ച ഒരു പട്ടണത്തിലാണോ പ്രേമത്തിന്റെ വാസമെന്നും. വിജനത ശീലമായിക്കഴിയും. കരുണാകരന്റെ കവിതയിൽ കണ്ട ഒരു പെണ്ണിനെ ഞാൻ വലിയ ആകാംക്ഷയോടെയാണ് നോക്കിയത്. അവളെപ്പറ്റി കുറേ ഓർത്തുനോക്കി. എനിക്കു സങ്കടം വരുന്നുണ്ടായിരുന്നുവെന്നോ മറ്റോ പറയാനാണ് ഞാൻ ഉദ്ദേശിച്ചത്. 'ഈയൊരു സ്വപ്നത്തിൽ മാത്രമേ ഇങ്ങനെ ഞാൻ നിൽക്കുന്നുള്ളു' എന്ന കവിതയിലാണത്. 'ഈയൊരു സ്വപ്നത്തിൽ മാത്രമേ നീ ഇങ്ങനെ കിടക്കുന്നുള്ളു'. അത് എനിക്ക് പലപ്പോഴും തോന്നിയിട്ടുണ്ട്. കൈവിരലുകൾ വലിയ

ഇഷ്ടമായതിനാൽ ഞാൻ അവളെ കാണുമ്പോഴൊക്കെ കൈവിരലുകൾ മാത്രം നോക്കുകയും ആ നോട്ടം വയ്യാതെ അവ പക്ഷികളായി പറന്നുപോയേക്കുമെന്നും ഞാൻ സങ്കല്പിച്ചിരുന്നു. കൈവിരലുകളായാലും നനഞ്ഞ കാൽപ്പാദങ്ങളായാലും കരുണാകരന്റെ കവിതയിൽ ഇങ്ങനെ

"വേറെ ഏതോ രാജ്യത്തെ
പത്തോ പന്ത്രണ്ടോ നിലയുള്ള ഒരു കെട്ടിടത്തിൽ
നാലാം നിലയിലോ മൂന്നാം നിലയിലോ ഉള്ള
ഒരു ഫ്ളാറ്റിലേക്ക്, നീ ഇപ്പോൾ ലിഫ്റ്റിൽ പോകുന്നു
കൈകൾ മാറിൽ പിണച്ചുവച്ച്
ഒന്നും ഓർക്കാൻ ഇല്ലാതെ
അല്ലെങ്കിൽ തോൾസഞ്ചിയിൽ തൂവാലക്കൊപ്പമിരിക്കുന്ന
വീടിന്റെ ചാവി ഓർത്ത്..."

ലിഫ്റ്റിൽ ഒറ്റയ്ക്കു പോകുമ്പോൾ, ഒറ്റയ്ക്കു പടികൾ കയറുമ്പോൾ, തെല്ലിട നിൽക്കുമ്പോൾ നിന്നെ ഓർക്കാൻ എന്തു സൗന്ദര്യമാണെന്ന് എനിക്കു മനസ്സിലായി. കവിതകളെല്ലാം വായിക്കുമ്പോൾ ഒരൊറ്റ ചിത്രമല്ല നമുക്ക് കിട്ടുക. കവിത വായിച്ചിട്ട് ഞാൻ കവിയുടെ ദർശനമോ പ്രത്യയശാസ്ത്രമോ എഴുതണമെന്ന് ആരെങ്കിലും ആഗ്രഹിക്കുന്നുണ്ടാകുമോ? സത്യം പറഞ്ഞാൽ സിദ്ധാന്തം എനിക്കു തീരെ അറിയാത്തതാണ്. ഞാൻ കവിതയാണു വായിച്ചത്. അതിന്റെ ഭൂമിയും ആകാശവും ഞാൻ നോക്കി. എനിക്ക് എല്ലായിടത്തും പോകാനായില്ല. ഞാൻ ചില രംഗങ്ങൾ കണ്ടു. മൂകമായതും ആരവമായതും എന്നെ കടന്നുപോയി. ഞാൻ നിശ്ശബ്ദമായി നോക്കിനിൽക്കുകയായിരുന്നു. അത് ഓർമയുടെ ഉപമകളാണെന്നു ആണെന്നു തോന്നി. കരുണാകരന്റെ കവിതയിൽ ഒരു വീർപ്പുമുട്ടൽ എന്നെ ബാധിക്കാറുണ്ട്. അപ്പോഴാണു റിംബോയുടെ ഒരു കവിതയിലെ നാലുവരി കടന്നുവന്നത്. ഇത് കരുണാകരന്റെ കവിതയോടുള്ള പറയലാണ്-

Every drama muted, every comedy stilled.
An infinite collection of scenes.
I know you, and stare at you in silence. ■

കവിതകൾ

നേരാകുമോ?

"നിന്നെ ഞാൻ പ്രേമിക്കുന്നു" എന്ന്
അവൾ പറഞ്ഞു കേട്ടപ്പോൾ
നാല്പതാമത്തെ വയസ്സിൽ നിന്ന്
എഴുപതാമത്തെ വയസ്സിലേക്ക്
ഒരു പതിനാലുകാരനെ പോലെ ഞാൻ
ഓടിപ്പോയി.

നേരാകുമോ?
ആകാശം നീലയാകുമ്പോഴാകുമോ
ഹൃദയം ചുവക്കുന്നത്?
കാൽച്ചോട്ടിൽ കാണാതായ കാറ്റാകുമോ
ചുണ്ടിൽ വിറയലോടെ പാർക്കുന്നത്?

നേരാകുമോ, അവൾ എന്നെ ഉമ്മ വെച്ചതും
കഴുത്തിൽ ചുറ്റി പിടിച്ചതും
പിറകിൽ വിരലുകൾ പതിപ്പിച്ചതും...

പതിന്നാലാമത്തെ വയസ്സിൽ
തലയ്ക്കു മുകളിലൂടെ ഞാൻ എറിഞ്ഞ
കാൽപ്പന്തുതന്നെയാകുമോ
എന്നെ മൂടിയ ഈ നിലാവ്?
അപ്പോൾ തീർച്ച:
"രണ്ടു പേർ ചുംബിച്ചാൽ ലോകം മാറും", അല്ലേ?
ഹോ, എന്റെ എഴുത്തുകാരാ,
കഥകളിൽ ചത്തു പോയവനേ,
"നീ എന്തേ എന്നെ കൈ വെടിഞ്ഞു" എന്ന്
ആ പഴയ ചങ്ങാതിയെപ്പോലെ
വിലപിക്കുക, അപ്പോഴായിരിക്കും, അല്ലേ?
നിന്റെ കൈവെള്ളയിൽ

ചിറക് പൂട്ടിയ തുമ്പിയെ പോലെ
ഇങ്ങനെ മരിച്ചു കിടക്കുമ്പോൾ....

അല്ലെങ്കിൽ,

ഞാൻ അവളെ തിരിഞ്ഞു നോക്കുമായിരുന്നുവല്ലോ:
കണ്ണുകളും മൂക്കും ചുണ്ടും കഴുത്തും മുലകളും
നാഭിയും തുടകളും കാലുകളും കടന്ന്
വേനലിൽ നങ്കൂരമിടുന്ന ഒരു കപ്പലായി
മായുന്ന ഒരു നോട്ടം കൊണ്ട്.

കരിക്കട്ടകൊണ്ടും ചോക്കുകൊണ്ടും
എഴുതിയിട്ട പ്രണയവരികളിൽ
കൺപീലികൾക്കിടയിൽ
തോണിപോലെ തന്നെ
മുങ്ങിത്താണുകൊണ്ട്...

ആ നോട്ടമാകുമോ, നേര്?
നേരാകുമോ, നീ എന്നെ പ്രേമിച്ചത്? ■

---

1. ഒക്ടോവിയോ പാസ്സിന്റെ വരി

ഏലസ്സ്

വാക്ക് തന്ന പോലെ
ഈ തണുപ്പിൽ തന്നെയാണ്
എന്റെയും ഉന്മാദം ഉറങ്ങിയത്.

നാഭിയിലേക്ക് ഇതൾ പോലെ
നാവു നീട്ടി കിടന്ന
ഒരു ലോഹത്തകിടിൽ.

നിലാവിൽ
ചെവികൾ പൊത്തി നിന്ന
രാത്രികൾ, അതോ വാ പൊത്തി നിന്ന
പകലുകളോ?
പക്ഷിക്കൂട്ടം പോലെ ചേക്കേറിയതും
ഈ തണുപ്പിലേക്ക് തന്നെ.

ഈ തണുപ്പിൽ
എന്റെ കടലും ശാന്തമാകുന്നു.
കരയിൽ ഒറ്റയ്ക്ക് വന്നു കിടന്ന മീനിന്റെ
വയറിൽ എന്ന പോലെ തന്നെ.

എങ്കിലും ഈ ചെറിയ ലോഹത്തിൽ
അതിനും മുമ്പേ പിറന്ന തണുപ്പിൽ
ഓർമ വരുന്നു വേട്ട നിർത്തിയ
മൃഗത്തിന്റെ വിശപ്പ് പോലെ
ചിലപ്പോൾ എന്നെ തന്നെ.
വാക്ക് തെറ്റിച്ച പോലെ. ■

ചതിയൻ

പുറത്ത് അവൻ.
ഉടൽ ചെറുതാക്കി,
താക്കോൽ തുളയിലൂടെ
നൂഴാൻ പാകത്തിൽ.

ചതിയൻ.
വരില്ല എന്ന് പറഞ്ഞു.
പോയി എന്ന് ഉറപ്പിച്ചു.
ഇപ്പോൾ പുറത്തു വന്നു നിന്നു.
ചതിയൻ.
അടുപ്പിലോ കുപ്പിയിലോ ഒളിച്ചിരുന്നാലൊ
ഉപ്പ് അലിയുന്ന പോലെ വായിൽ തന്നെ
കാണാതാക്കിയാലോ...
പേടിയാവുന്നു.
വെള്ളം പോലെ ഒലിച്ചു പോയാൽ മതിയായിരുന്നു

തീർച്ചയായും അവൻ കണ്ടു പിടിച്ചു ഈ
രഹസ്യ ഭൂഖണ്ഡം.

ഇനി പാർക്കാൻ തുടങ്ങും, പുറത്തു നിൽക്കുമ്പോഴും.

എങ്കിലും പിടി കൊടുക്കില്ല.

വലതു കൈ ചുരുട്ടി വലത്തേ ചെന്നിക്കു താഴെ കുത്തും
ചൂണ്ടാണി വിരൽ
ഒരു തവണ 'ട്ടോ' എന്ന് ദാരുണമായി കേൾപ്പിക്കും.

പൊട്ടി വീഴും ആകാശം
പക്ഷികളോടെ പറന്നു പോകും പകൽ, രാത്രി
പാതി കണ്ട കിനാക്കളും.

ഓടുന്നുണ്ടാകുമോ അവൻ
വന്ന ദൂരത്തേക്ക്
ചെറുതായി ചെറുതായി?

ചതിയൻ. ■

ഒന്നും അധികമല്ല

നിന്നെ പറ്റി ഓർത്തത് ഒന്നും അധികമല്ല.

അതുകൊണ്ടാകും,
നീ പോയപ്പോൾ
പഴക്കമുള്ള ഒരാഴത്തിൽ ഒരു തെരുവ്
അന്തിയുറങ്ങുന്നു എന്ന്
അപ്പോൾ തന്നെ ഞാൻ ഓർത്തത്.
നിന്റെ കാലിനടിയിലെ വെളുപ്പിൽ
ഒരടയാളമെങ്കിലും
മുമ്പ് മറ്റാരുടെയോ കാലിൽ
കണ്ടിട്ടുണ്ടെന്നു ഞാൻ പറഞ്ഞത്.
നിന്നെ ഓർക്കുമ്പോൾ അതും ഞാൻ ഓർത്തു.
ചില ചുംബനങ്ങൾ ചെയ്യുന്ന പോലെ തന്നെ.
ഞാൻ നിന്നെ സ്നേഹിക്കുന്നുവെന്നു പറഞ്ഞത്,
അധികമല്ല. ഒട്ടുമല്ല.
നിനക്കെന്തായാലും അതറിയാം.
അതുകൊണ്ടാകും,
നീ മടങ്ങിപ്പോയ വഴികൾ
ഓരോന്നായി പിറകിൽ
പൂട്ടി പൂട്ടി പോയത്,
അവയൊക്കെയും പിന്നെ
പട്ടണങ്ങൾ, ഉദ്യാനങ്ങൾ, ഉത്സവങ്ങൾ എന്ന്
എന്റെ കണ്ണുകൾ
എന്നോട് സത്യം ചെയ്തത്
അതുകൊണ്ടാണ്,
രണ്ടു ദേവകുമാരന്മാരെ പോലെ
അപ്പുറത്തും ഇപ്പുറത്തും ഇരുന്ന്
ഞാൻ കൈവിട്ട കൗമാരവും
ഞാൻ തേടിയ യൗവനവും

ഇപ്പോൾ, ഇതൊക്കെ ഓർമിക്കൂ എന്ന്
പറയുമ്പോൾ, തെറ്റാതെ,
കടലുകളും തെരുവുകളും
നിന്റെ കാലുകളിൽ കെട്ടിയിട്ട വർണ്ണവസ്ത്രങ്ങൾ പോലെ
നിന്നെ പിന്തുടർന്നത് കണ്ടു എന്ന് ഞാൻ പറഞ്ഞത്,
ചില നിരത്തുകൾ എപ്പോഴും അവയുടെ ഏകാന്തമായ
ആഴങ്ങളിലാണെന്ന് ഓർത്തത്...
ഒന്നും അധികമല്ല
ഞാൻ നിന്നെ സ്നേഹിച്ചത് ഒഴികെ.
അത് അധികം തന്നെ.
ചില തിരകൾ കടലിനോട് ചെയ്ത പോലെ.
എന്തായാലും, അത് അധികം തന്നെ. ■

പക്ഷീ...

പക്ഷീ,
നിന്റെ കൊക്കിൽ ചൂടിയ
ഈ നിറം
നിന്റെ ഇരിപ്പിൽ നിന്നുതന്നെ
നീ കൊത്തിയെടുത്തതോ?,
അതാണോ ഇപ്പോൾ
കാൽനഖങ്ങളിൽ പുരട്ടുന്നതും,
മുൻപേ നെറുകിൽ തൂകിയതും?
പക്ഷീ,
ഇതാണോ
സുഗന്ധ തൈലം പൂശിയ
ആ ഇരിപ്പ് ?
ഉയിർത്തെഴുന്നേല്പിനു മുമ്പ്?
മരണത്തിനും മുമ്പ്? ■

ചില ആഖ്യാനങ്ങൾ

വീട്ടിൽ
പുസ്തകങ്ങൾ വെച്ച
അലമാരിക്ക് പിറകിൽ
ഓർമ പോയതുപോലെ ഒരാൾ
നില്പുണ്ടെന്നു
സ്വപ്നം കണ്ടുണർന്ന ദിവസം,
ദീർഘമായൊരു കവിത
പകൽ മുഴുവൻ ഞാൻ
സ്വപ്നം കണ്ടു.

ചില സ്ഥലങ്ങൾ
അവയുടെ മുൻ ജന്മങ്ങൾ
ഓർക്കുന്ന പോലെ.

ഒരു സംഘം യോദ്ധാക്കൾ,
രണ്ടു മൃഗങ്ങൾ, ഒരു ഒറ്റുകാരൻ.
ചിലപ്പോൾ അവരെ കേട്ട പോലെ നിന്നു.

മൃഗങ്ങളിൽ ഒന്ന്, ഒരു കാളയായിരുന്നു.

കാള പുഴയിലേക്ക് ഇറങ്ങിപ്പോയി.
അതിന്റെ മുതുകിൽ ഇരുന്ന ആൾ,
ഞാൻ ദൈവം ആണെന്നും
ഇനിയും കാണാം എന്നും വിളിച്ചു പറഞ്ഞു.

വിശ്വസിക്കണ്ട.
ഒറ്റുകാരൻ എന്നെ തിരിച്ചു നിർത്തി:
ഒരാൾ തോട്ടത്തിൽ ഒറ്റയ്ക്ക് ഇരിക്കുന്നു,
അയാൾ ആകാം ദൈവം എന്ന് സംശയം പറഞ്ഞു. ■

പ്രാർത്ഥന

കടലിനു മീതെ നടന്നു കാണിച്ചിട്ടുണ്ട് നീ,
യേശുവിനോട് ശിഷ്യന്മാർ പറഞ്ഞു.
കാലിൽ കെട്ടിപ്പിടിച്ചു കിടന്ന
കടലിന്റെ അടയാളം കാണിച്ചു
കാലിലെ മണൽത്തരികൾ.
ചൂണ്ടുവിരലിലെടുത്ത്
ഇപ്പോഴും അവ നിന്നെ നോക്കുന്നത്
കണ്ടില്ലേ എന്ന് കാണിച്ചു.
യേശു ഒന്നും ഓർത്തില്ല.
ഒരു കുരിശുമരണം
പിന്നെയൊരു ഉയർത്തെഴുന്നേല്പ്
രണ്ടു ചങ്ങാടങ്ങളിലേക്ക് കൈ നീട്ടുന്ന ഒരു കടലിൽ
ഒരു മന്ത്രത്തകിടു പോലെ
അപ്പോഴും താണ് കിടക്കുന്നതു കണ്ടു.
വേറെ ഒന്നും കണ്ടില്ല. വേറെ ഒന്നും ഓർത്തില്ല.
യേശു അവരെ നോക്കി പറഞ്ഞു:
നിങ്ങൾ കേൾപ്പിച്ചതൊക്കെ
എനിക്ക് വീണ്ടും കാണണം എന്നുണ്ട്.
ഞാൻ കടലിനു മീതെ നടന്നത്
കുരിശിൽ മരിച്ചത്
ഉയർത്തേഴുന്നേറ്റത്
നീ എന്റെ കൂടെ വരുമോ?
യേശു മറിയത്തിനോടു ചോദിച്ചു.
അവൾ യേശുവിന്റെ നെറ്റിയിൽ ഉമ്മ വെച്ചു.
അവനെ ഒരു കുഞ്ഞിനെ എന്ന പോലെ
അവളുടെ മടിയിൽ കിടത്തി.
കണ്ണുകൾ അടച്ച് നിശ്ശബ്ദമായി പ്രാർത്ഥിച്ചു:

ഈശോയേ!
നീ വീണ്ടും അവന് അവനെ കാണിച്ചു കൊടുക്കണമേ!
ഇവനെയും
ഇവന്റെ അദ്ഭുതപ്രവൃത്തികളെയും
ഞങ്ങളെയും നീ
ഇനിയും കാത്തു കൊള്ളണമേ!
ആമേൻ! ■

മരങ്ങൾ

ഒരു മരം പകൽ നിന്ന് കത്തുന്നത്
കണ്ടിട്ടുണ്ട്:
നെറുകിൽ പൂവിട്ട പോലെ.

ഇപ്പോൾ ചില വാക്കുകൾ തിരയുമ്പോൾ അതോർമ വരും
ആരുടെയോ നാവിൽ തൊട്ട പോലെ.

ഞാൻ വായിച്ച കവിതകളിൽ
എത്രയോ മരങ്ങൾ ഉണ്ട്.
അഴകോടെ നിന്ന മരങ്ങൾ
പാട്ടുകൾ മൂളി വന്ന ഉറക്കം പിന്നെ
അഴിക്കാതെ,
കേട്ട്,
മണത്ത്,
കൂടെ നിർത്തിയിട്ടുണ്ട്

ഒരു കാടു വെച്ചു പിടിപ്പിക്കാൻ.

മകൾ എടുത്ത ഫോട്ടോയിൽ
വീട്ടുമുറ്റത്തെ പഴയ മരം
മാനത്ത് നിന്നും
താഴേക്ക് പറന്നു.
മുറ്റത്ത് വട്ടംചുറ്റിയ
ബാല്യം ഓർക്കാൻ
അത് മതി.

ഫോട്ടോവിലെ മരത്തിൽ ഒരു പക്ഷിയുണ്ട്,
കണ്ടുപിടിക്കുമോ - മകൾ ചോദിച്ചു.

ചിലത് കാണില്ല, ചിലരെ ഒരിക്കലും.

കണ്ടുപിടിക്കാം, ഞാൻ പറഞ്ഞു.
ആദ്യം ഇതിൽ കാറ്റ് കാണിച്ചു തരൂ.

കത്തുന്ന മരം നടക്കാൻ തുടങ്ങി.
എന്റെ നഗരം
ഒരു ഓവുചാലിലൂടെ ഒഴുകി എന്ന്
അതിനു മുമ്പേ തോന്നി.
കാറ്റിൽ പനമ്പട്ട പോലെ
ഒച്ച വെക്കുന്ന പതാകകൾ
വീണ്ടും വാക്കുകളും നാവുകളും എന്ന്
തോന്നിച്ചു.

കത്തുന്ന മരങ്ങൾക്കു മീതെ കിടത്തിയ അച്ഛച്ഛൻ
കാലിലെ തള്ള വിരലിൽ
തൊട്ടു മുമ്പേ ഒരു കാറ്റ് കൊളുത്തിയിട്ടത്,
എന്റെ ഉള്ളംകാലിൽ
പിന്നെ ഒരു സമയം വന്നു മുട്ടിയ
ഒരു കാൽപ്പന്തു ഓർമിപ്പിച്ച പോലെ,
ഒരു ദൈവമെങ്കിലും തീയാണ് എന്ന്
ഓർത്ത പോലെ
മരങ്ങൾ പിന്നെയും ഉണ്ടായി:

ചിലപ്പോൾ മുറിയിലെ കാറ്റ്,
ഉറക്കത്തിൽ നിന്നും വീണ പുസ്തകം

പണ്ട് കണ്ടതു പോലെ തന്നെ.
കത്തുന്ന പൂ തലയിൽ ഇട്ട്
കവിയോ വിധവയോ പോലെ. ■

എന്റെ കഴുതേ!

എന്റെ കഴുതേ, ഓ!
നിന്റെ ഈ പാതിയടഞ്ഞ കണ്ണുകൾ
ദൈവത്തിന്റെ കിടപ്പറ പോലെ ശാന്തം എന്ന്
ഞാൻ വാഴ്ത്തട്ടെ!
നിന്റെ ഈ നില്പ്
മനോഹരമായ മറവി
എന്നും.

നിന്റെ മറവിയിൽ
പരിചയമില്ലാത്ത ഒരു യാത്രയും
ചുരുണ്ടുകൂടി കിടക്കുന്നു,
എന്റെ ബാല്യത്തിന്റെ
അത്ര അകലത്തിൽ.

ഒരിക്കൽ ഞാൻ ഉറങ്ങിയ ഒരു ഉച്ച
ഇപ്പോൾ ആരെങ്കിലും
ഇവിടെ കൊണ്ട് വന്നു വെച്ചു എന്നിരിക്കട്ടെ,
എന്റെ കഴുതേ, എങ്കിൽ
നിനക്ക് മനസ്സിലാകും
ഞാൻ അലഞ്ഞ നിരത്തുകൾ, തീർച്ചയായും,
പാർത്ത പട്ടണങ്ങൾ.
പ്രിയപ്പെട്ടവളേ എന്ന്
എന്നെ പുണർന്ന ഉടലുകൾ.

എനിക്ക് കാണുന്ന ഈ ദൂരത്തിൽ നീ
ഇങ്ങനെ നിൽക്കുമ്പോൾ, ഓ
എന്റെ കഴുതേ, ഞാൻ
എന്റെ ഉടൽ വിട്ടു പോകുന്നു,
എന്നെയും നീ കൊണ്ട് പോകുന്നു,

നിന്റെ ഈ നില്പിലും.
അവനെ കൊണ്ടു പോയ പോലെ.

എന്റെ കഴുതേ, ഓ!
നിന്റെ ഈ പാതിയടഞ്ഞ കണ്ണുകൾ
ദൈവത്തിന്റെ കിടപ്പറ പോലെ ശാന്തം എന്ന്
ഞാൻ വാഴ്ത്തട്ടെ!
ദേവാലയങ്ങൾ പോലെ ഞാൻ
നിശ്ശബ്ദയാകുന്നതു വരെ. ■

തെരുവ് പോലെ പ്രണയം ശമിക്കുന്നു

കഴുത്തിനൊപ്പം
നിൽക്കും
തണുപ്പിൽ
കര പോലെ
ഇരുപതു കൈകളിലുയർത്തിയ
കൊടുമുടി,

ഒരു നർത്തകൻ:
മറന്ന പോലെ.

ഒരു രഹസ്യം:
ചോർന്ന പോലെ.

ഒരു സംഹാരവും:

നിലവിളികളിൽ പൊതിഞ്ഞു
ദൂരേക്ക് എറിഞ്ഞ ഒരു തോൽപ്പന്ത്
മൈതാനത്തിൽ
ഒരു മുദ്ര പോലെ.

അതിർത്തി കടന്നുപോകുന്ന വണ്ടിയിൽ
പത്ത് ഓർമ്മകൾ ഞാൻ കടത്തുന്നു.
ഉടൽ ഒരു പ്രതീക്ഷയിൽ പൊഴിച്ച മണം,
പുഴയിൽ മറന്നിട്ട കാറ്റിൽ എന്ന പോലെ അവ
വേറെ കരയിൽ എത്തിക്കുന്നു.

എന്റെ രഹസ്യം,
കാലുകളിൽ പിണഞ്ഞ പുഴ
ഞാൻ
അരയിൽ ചുറ്റുന്നു.

തെരുവ് പോലെ പ്രണയം ശമിക്കുന്നു,

രാത്രിയിൽ,
കഴുത്തിനൊപ്പം
നിൽക്കും
തണുപ്പിൽ
കൊടുമുടി പോലെ
എന്റെ
വിരഹം. ■

കൊറ്റികൾ

പക്ഷികൾ അതു വരെയും
പറന്ന ആകാശം
പതുക്കെ നിശ്ശബ്ദമായതും ഞാൻ
ഒരു കവിത സ്വപ്നം കണ്ടു.
ഒരു പച്ച മരക്കൊമ്പും
പതാകയും
അപ്പോൾ പുറപ്പെട്ടു വന്ന കാറ്റും
ഒരു നാട്ടു പാതയും
ആ കവിതയെ പിന്നെ കൊണ്ടുപോയി.
മരിച്ച കവികൾ പരിചയം പുതുക്കാൻ
ഒത്തു കൂടിയത് ഓർമിപ്പിച്ചു കൊണ്ട്
കൊറ്റികൾ പറന്നത് കണ്ടു.
അവിടേക്ക് ഒരു സൈക്കിളിൽ
ഞാൻ കുതിക്കുന്നത് കണ്ടു.

കണ്ണുകളെ വിശ്വസിക്കാം എന്ന്
ഉറപ്പിച്ചു കൊണ്ട്,
ഓരോ നിമിഷവും
ശ്വസിച്ചു കൊണ്ട്.

എന്നാൽ ചീത്ത കവിത എന്നെ
ഇന്നും കബളിപ്പിച്ചു.

ചീത്ത കൗശലങ്ങൾ
വെളിച്ചത്തിലേക്ക് ഉരുട്ടി വിട്ട
രഹസ്യം പോലെ അത്
എന്നെ മണക്കാൻ തുടങ്ങി.

ഉടലിൽ പൂത്തത് ഒക്കെ മറന്നു.
അതേ പക്ഷികൾ
പേക്കിനാവുകൾ ആയി

ആദ്യം കണ്ണുകളിലും
പിന്നെ കാതുകളിലും
ചേക്കേറി.
പതുക്കെ ഞാൻ കരയാൻ തുടങ്ങി.
നീല ഉടുപ്പിൽ ഒരാൾ
ദൈവം എന്ന് പരിചയപ്പെടുത്തി.
കവിളിൽ ചുംബിച്ചു.
അതേ തണുപ്പിൽ
എന്റെ നഗ്നത
ഒരു കടൽ പോലെ ഇരമ്പി.

പതുക്കെ ഞാൻ കരയാൻ തുടങ്ങി.

നഷ്ടപ്പെട്ട നല്ല വരികൾ
നരകത്തിന്റെ പടികൾ
ഇറങ്ങുന്നത് കണ്ടുകൊണ്ട്.
മറവി പോലെ കാണാതായ
കൊറ്റികളെ ഓർത്തുകൊണ്ട്. ■

വീഴ്ച

വാല് വരെ വന്നപ്പോൾ
ചെറുതെങ്കിലും
ചീങ്കണ്ണി തന്നെ എന്ന്
പേടിപ്പിച്ചു വിട്ടതാണ്.

എങ്കിലും, ഈ മതിലിൽ വന്നിരുന്നത്
എന്തിനെന്ന് ഞാൻ മറന്നു.
ദൈവത്തെ കാണാൻ എന്ന് വിചാരിച്ചു.
മാനത്ത് പറക്കാനാണെന്ന് വിചാരിച്ചു.
ഓർമ വന്നില്ല.
പച്ചയോ മഞ്ഞയോ എന്ന് ഉടൽ മാറ്റി
പിടികൊടുക്കാതെ ഉറങ്ങിയത്
ഓർമയുണ്ടെങ്കിലും.

വാനിൽ ഇന്നത്തെ പക്ഷിയെപ്പോലെ
പറന്ന കാലം ഓർമയുണ്ട്.
ഒരു മിന്നൽപോലെ അന്ന് കണ്ട
ദൈവത്തെ ഓർമയുണ്ട്
എതിരെ വന്നു മുട്ടിയ പ്രിയപ്പെട്ടവളുടെ
വായ പോലും നനവായുണ്ട്.

മോശം സമയം മറവിയുടെ അല്ല തന്നെ.
ഓർമ വരാതിരിക്കൽ തന്നെ.

വാലിൽ തൂക്കി
അതു വരെ കണ്ടതൊക്കെ കണ്ടോ എന്ന്
വട്ടം ചുറ്റി എറിഞ്ഞപ്പോൾ പറക്കാമായിരുന്നു,
പണ്ട് ചെയ്ത പോലെ.
ഓർമ വന്നില്ല.

ചെറുതെങ്കിലും വിഴുങ്ങുമെന്നു
കാണിക്കാമായിരുന്നു
ഓർമ വന്നില്ല.

രക്ഷിക്കണേ എന്ന് നിലവിളിക്കാമായിരുന്നു.
ഒരു കല്ലെങ്കിലും ഇല പോലെ നിവർന്ന്
ഇവിടെ ഇവിടെ എന്ന് മുതുക് കാണിക്കുമായിരുന്നു.

എത്ര വേഗമാണ് ഉടൽ മാറിയത്,
നിറം മാറിയത്,
ഞാൻ പോലും അറിയാതെ.

ഓർത്തു വെക്ക് വീഴുന്ന സ്ഥലം എന്ന്
ഉടൽ ചെവിയിൽ പറയുന്നു.
പൊട്ടിയ ഒച്ചയിൽ.

ഇതു വീഴ്ച തന്നെയോ? ■

സൈക്കിൾ യാത്രക്കാരൻ

തൊട്ടടുത്ത് വന്നു നിൽക്കുമോ,
പറ്റുമെങ്കിൽ ഇരിക്കുമോ - കുറച്ചു നേരം,

അവൾ തന്നെ.

ഒരു വാഴത്തോപ്പ് കണ്ടതേ ഉള്ളു.
സൈക്കിൾ നിഴലിൽ
വെച്ചതേ ഉള്ളൂ.
അത്രയും ഒച്ച
തത്ത തിരിച്ചു കേൾപ്പിച്ചതേ ഉള്ളൂ.

അവൾ പേടിപ്പിച്ചു:
സൈക്കിളിന്റെ ബെൽ അഴിക്കട്ടെ?
സൈക്കിൾ ഇരുട്ടിൽ എറിയട്ടെ?
കേൾപ്പിച്ച മുഴക്കങ്ങൾ ഒക്കെ പൂക്കൾ ആക്കട്ടെ?,
മണം പരത്തട്ടെ?

ഈ പറഞ്ഞതൊക്കെ കഥ,
കവിതയെങ്കിൽ അത്.
വരക്കുന്നെങ്കിൽ, ഞാൻ വരയ്ക്കും ഒരു വാഴ,
പച്ചിലത്തലയോടെ.
അതിന്റെ ഉറക്കം വരയ്ക്കും
പാമ്പിന്റെ മട പോലെ.
നൂലിൽ ഇറങ്ങുന്ന ഒരു സൈക്കിളും.

തൊട്ടടുത്ത് വന്നു നിൽക്കുമോ,
പറ്റുമെങ്കിൽ നടക്കുമോ - കുറച്ചു നേരം,
ഈ നിരത്തിൽ ഒരു വാഴത്തോപ്പുണ്ട്,
കാടു പോലെ
നൃത്തം ചവിട്ടും, അവ...
ചിലപ്പോൾ ഒട്ടകങ്ങൾ ആവും.

ഒളിച്ചിരിക്കാം,
അല്ലെങ്കിൽ സവാരി ചെയ്യാം.
എന്ത് നല്ല ദിവസം....

- ഞാൻ മിണ്ടില്ല.

എങ്കിലും മുമ്പിൽ നടക്കുന്ന അവളെ,
നിർത്താൻ,
വരുന്നോ കൂടെ എന്ന്
ചോദിക്കാൻ ഇന്നും ഈ
സൈക്കിൾ ഒന്ന് വെട്ടിക്കും,
മിന്നൽ പോലെ.

അത് വേണ്ട.

കാണാത്ത വാഴത്തോപ്പിൽ നിന്നും
പച്ചമിന്നലിൽ പറന്ന
തത്ത പോലെ. ■

ജന്മദിനങ്ങൾ താഴേക്കുള്ള പടികളിലൂടെ ഇറങ്ങുന്നു

ഒരു പച്ചക്കുതിരയുടെ കണ്ണുകൾ
തറഞ്ഞു നിന്ന മറവിയാണ്
ഉച്ചവെയിൽ എന്ന്
സങ്കല്പിച്ച നേരം.
എവിടെയോ ഉള്ള പ്രിയപ്പെട്ട യുവകവി
അവളുടെ കിടപ്പുമുറിയിൽ
പഴയ ചില കടലാസുകളിൽ
മറന്നു പോയ ചില വരികൾ
തിരയുന്നത് കണ്ടു.
അവൾ ഒരിക്കൽ വാർധക്യത്തെപ്പറ്റി
എഴുതിയതും ഓർമ്മ വന്നു.
ആ സമയം അമ്മ, എന്നെ ഫോണിൽ വിളിച്ചു.
ആദ്യം ഒരു വാഴത്തോട്ടത്തിലും
പിന്നെ ഒരു കുളത്തിൻകരയിലും
ഞാൻ എന്നെ കണ്ടു.
ആ സമയം കൊണ്ട് ചുമരിലെ നിഴലുകൾ
വീട്ടുമൃഗങ്ങളായിരുന്നു.
"നീ ദേഹം നോക്കണേ" എന്ന്
അമ്മ ഫോൺ വെച്ചപ്പോൾ
ഒരിക്കൽ അമ്മയോടൊപ്പം ഇരുന്ന വീട്ടുമുറ്റം
അസ്തമയത്തിൽ, ഒരു ഗ്രഹം പോലെ,
പതുക്കെ മാഞ്ഞത് കണ്ടു.
രാത്രിയിലേക്ക് നോക്കി ഒന്നിടവിട്ട് ചിലയ്ക്കുന്ന പക്ഷി,
പക്ഷി ഇരിക്കുന്ന മരം, മരത്തിന്റെ നെറുകിൽ
വട്ടം ചുറ്റുന്ന മണം, അങ്ങനെ,
മറ്റൊരു രാജ്യത്ത് ശീതകാലം പകർത്തുന്ന ചലച്ചിത്രകാരൻ

ആയിടെ മരിച്ചുപോയ തന്റെ കാമുകിയെ
ഇപ്പോൾ ഓർത്തു എന്ന് ഞാൻ സങ്കല്പിച്ചു.

അങ്ങനെ കണ്ടും
അങ്ങനെ ശ്വസിച്ചും
ഉച്ചവെയിൽ പിന്നെയും നിന്നു.
ഒരു തെരുവുനായ പോലെ തന്നെ.
പെട്ടെന്ന്, നിരത്ത് മുറിച്ച്,
അപ്പുറത്ത് കാടുണ്ട്
എന്നുറപ്പോടെ ഓടിയ
ഒരു കീരിയെ കണ്ടതും
എനിക്ക് ഉറപ്പായി :
ഞാൻ മരിച്ചിരിക്കുന്നു.
എന്റെ ജന്മദിനങ്ങൾ
താഴേക്കുള്ള പടികളിലൂടെ ഇറങ്ങി,
കാണാതായിരിക്കുന്നു.
എന്റെ ഭാഗ്യമോ നിർഭാഗ്യമോ പറയാൻ

ഒരു പച്ചക്കുതിര, ഈ നേരം
എന്റെ മുറിയിലും വന്നിരുന്നു. ■

ടീ ഷോപ്പ്

ഇന്നും ചായ കുടിക്കുമ്പോൾ ഓർത്തു
ആ പഴയ 'ടീ ഷോപ്പ്'.
ഒച്ചയും വെളിച്ചവുമായി സമയം
പകുത്ത രാത്രിയിൽ
കാണാതാവുന്ന ആ
ഒറ്റമുറി ടൗൺ.

ബസ് നിന്നത്, പോയത്,
ഓർമ കിട്ടാൻ പശു നിന്നത്,
പിച്ചക്കാരൻ ശപിച്ചത് ഒക്കെ
അതിനു മുമ്പിൽ.

ചിലപ്പോൾ ദൂരേക്കു പോകുന്ന കാർ
പത്തിരിയും ഇറച്ചിയും വാങ്ങി
വന്ന പോലെ പോയി.

"നിന്നെ എവിടെ കാണും" എന്ന് ചോദിച്ചാൽ
"ടീ ഷോപ്പ്"ന്റെ മുമ്പിൽ എന്ന് പറഞ്ഞു.
അവിടെ നിന്ന് ലോകം കീറിയതു പോലെ വേർപെട്ടു:
സ്കൂളിലേക്ക്, കോളേജിലേക്ക്, സിനിമയ്ക്ക്
നക്സൽബാരിയിലേക്ക്.

കീറിയതു പോലെ തന്നെ ലോകം കാറ്റിൽ.
ഓരോ കാറ്റിനും പറന്നു,
നിലത്തും മാനത്തും.

ടീ ഷോപ്പിനു മുമ്പിൽ വെളുപ്പിന്
അഞ്ചു മണിക്കു പോകാൻ ബസ്
കാത്തു നിൽക്കുമ്പോൾ അച്ഛൻ
വരാൻ ഉള്ളതും
തടയാൻ ഉള്ളതും
പറഞ്ഞു:

തുരങ്കം പോലെ
ആകാശത്തിലേക്ക് തുറക്കുന്ന ഭാവി.
വെളിച്ചം ഉണ്ടാവില്ല, എങ്കിലും
'കാണുന്നില്ലേ' എന്ന് ചോദിച്ചു.
ബസ്സിൽ കയറുമ്പോൾ
'ഓർമ ഉണ്ടല്ലോ' എന്ന്
വീണ്ടും കാണിച്ചു തന്നു.

ബസ് പോകും, തുരങ്കം കാണാതാവും
വെളിച്ചം പരക്കും, കാക്ക കരയും
ഭാവി പ്രവചിക്കപ്പെടും.
ലോകം കീറി ഇട്ട പോലെ
കാലിൽ തടയും.

എന്നാൽ ഒരു രാത്രി
പിൻവാതിൽ കുത്തിത്തുറന്നു
ടീ ഷോപ്പ് കൊള്ളയടിച്ച ദിവസം
ലോകം കീറി ഇട്ട പോലെ
വീണ്ടും കണ്ടു:

ബെഞ്ചുകളിൽ നിരന്നിരിക്കുന്നവർ,
നിർത്തിയിട്ട ബസ്,
പശു, യാചകൻ, അച്ഛൻ,
അത്രയും വലിയ ടീ ഷോപ്പ്,
ടൗൺ,
ഭാവി പിടികിട്ടിയ പോലെ ഇരുന്നു,
'ഒരു ടീ'എന്ന് വിളിച്ചു പറഞ്ഞു
കാത്തിരുന്നു. പിന്നെ
കൊള്ള മുതലുമായി
അതിനുള്ളിൽ തന്നെ കഴിഞ്ഞു... ■

യക്ഷി

കാവിലെ കാറ്റും പാലപ്പൂമണവും
ശ്വസിച്ചിട്ടുണ്ടെങ്കിലും
ഞാൻ യക്ഷിയെ കണ്ടിട്ടില്ല :

ചില വെയിൽക്കളങ്ങളിൽ നിന്ന്
ചുഴലികൾ പെട്ടെന്ന് "ഹീയോ" എന്ന്
പറന്നുപോയത് കണ്ടിട്ടുണ്ടെങ്കിലും
രസികത്തികൾ ചിലർ
ചില സ്ഥലങ്ങളിൽ
ചുണാമ്പുണ്ടോ എന്ന്
കാണാതെ നിന്ന്
ചോദിക്കുന്നത് കേട്ടിട്ടുണ്ടെങ്കിലും.
വെള്ള ബ്ലൗസും സാരിയുമുടുത്ത്
കൊലുന്നനെയുള്ള തെലുങ്കത്തി നടി
യക്ഷിയായി പാടി നടന്നത്
കണ്ടിട്ടുണ്ടെങ്കിലും.

നടിയുടേതു പോലെ
കക്ഷത്തെ വിയർപ്പ് അടയാളം
യക്ഷികൾക്കും ഉണ്ടാകുമോ?
അവരും കുട്ടിക്കൂറ പൗഡർ
ഉപയോഗിച്ചിരുന്നുവോ?
കണ്ണുകൾ എഴുതുമോ?
മുടി പറത്തിയിടുമോ?

അല്ലെങ്കിൽ, യക്ഷിയിൽ എന്നല്ല
ഞാൻ ദൈവത്തിലും വിശ്വസിക്കുന്നില്ല.

എങ്കിലും,
ഒരു ഉച്ചയ്ക്ക്

സൈക്കിളിൽ ഇറക്കമിറങ്ങുമ്പോൾ
കാറ്റിന്റെ ചൂളം കേട്ടതും
ഒരുത്തി പിറകിലെ സീറ്റിൽ.

കുപ്പായം പിറകിൽ നിന്നും പൊന്തിച്ചു.
നഖം കൊണ്ട് പുറത്ത് കോറി.
മുലകൾ മുട്ടിച്ചു.
ചെവിയിൽ കടുക് പൊട്ടിയതു പോലെ
ചിരിച്ചു...

ശരിക്കും പേടിച്ചു പോയി...

പിറകിൽ ആരെന്നു നോക്കുമ്പോൾ
മാനം മിന്നിയടഞ്ഞു.
റോട്ടിലെ കുഴിയിൽ സൈക്കിൾ
മൂന്നു തവണ വീണു.
പെടലിൽ കാലുകൾ പെരുത്തു.

പതുക്കെ സൈക്കിളിൽ നിന്നിറങ്ങി
മുണ്ട് മടക്കിക്കുത്തി,
ഇരുമ്പിൽ നിന്നും വേർപെടാതെ,
യക്ഷിപ്പാട്ടൊന്നും കേൾക്കരുതേ എന്ന്
ചെവിയടച്ചപ്പോൾ,

മരിച്ചു പോയ അച്ഛൻ
"വെളിച്ചം കരുതിയില്ല അല്ലേ?", എന്ന്
ടോർച്ചും മിന്നിച്ച് മുന്നിൽ.

അതും ആ ഉച്ചയ്ക്ക്. ■

കയ്പവല്ലരി

(ബിന്ദുവിന്)

1

നിലാവും
ആകാശവും
മരങ്ങളുമുള്ള രാത്രി.
ചെറുകാറ്റ്.
ഇലകളുടെ മറവിൽ
പിറ്റേന്നത്തെ പക്ഷികൾ.
രണ്ടു പതിറ്റാണ്ടായി പഴകിയ ഓട്ടം
തീർന്നത് രാത്രിയിലെന്നു തോന്നി വീട്ടു-
മുറ്റത്തിരിക്കുമ്പോൾ.

ഇനി പേര് വേണം വീടിന്.
എവിടെയായാലും തിരിച്ച്
വീട്ടിൽ എത്തണം:

എത്ര തവണ വഴി തെറ്റി പട്ടണത്തിൽ,
ചില രാത്രികളിൽ ഉറങ്ങിയതും
തീവണ്ടി നിലയങ്ങളിൽ.
മറന്നു വെച്ച പോലെ
ലോകം അതിരറ്റു കിടന്നപ്പോഴും.

നാട്ടിൽ അങ്ങനെയല്ല:
ഒറ്റയ്ക്ക് കണ്ടാൽ ചോദിക്കും.
വീട്ടു പേര് പറയും.
കണ്ണും മൂക്കും ഒച്ചയും വെച്ച്
നിശ്ചയമായും കണ്ടുപിടിക്കും.

"സാരമില്ല, അറിയാത്ത വഴിയല്ലല്ലോ", എന്ന്
വീട്ടിൽ കൊണ്ട് വന്നാക്കും.
മിണ്ടിയും പറഞ്ഞുമുള്ള നടത്തം.
പാമ്പുണ്ടാവില്ല വഴിയിൽ,
പൊട്ടിയും പ്രേതവും ഉണ്ടാവില്ല.
വീട്ടിലെത്തി തിരിഞ്ഞു നോക്കുമ്പോൾ
തുണ വന്ന ആളെ കണ്ടിട്ടില്ലെങ്കിലും
പേടി തോന്നില്ല.

"പേര് വേണ്ട", മകൾ പറഞ്ഞു.
"കെട്ടിട നമ്പർ ഉണ്ടല്ലോ", "റോഡിനും പേരുണ്ട്".
"ആരും കണ്ടുപിടിക്കും"

ആൽമരത്തിനു മുമ്പെന്നോ
പഞ്ചായത്ത് കിണറിനു തെക്കെന്നോ
പുഴയുടെ കരയിലെന്നോ, ഒരിക്കൽ
ഓരോ വീടും അടയാളം വെച്ചു.
വഴി തെറ്റില്ല,
മരം അവിടെ തന്നെ നിൽക്കും
കിണർ മാറില്ല, പുഴ മാറി ഒഴുകില്ല.

2

പറവകൾ
ഈ ചെരിവിലാണെന്നു
ചെറു പാറ്റകൾ ഉയർന്നു.
ഒരു മുട്ടാളൻ തുമ്പി വന്നു.
ചീവീടുകൾ പാടാൻ തുടങ്ങി.
വേഷം മാറി പല്ലികൾ നിരന്നു.

ആദ്യമായി നാട് വിട്ടപ്പോൾ
വീട് കാണാതായപ്പോൾ
കരച്ചിൽ വന്നു.
ഈ വണ്ടി തന്നെ തിരിച്ചു
വീട്ടിലെത്തിക്കുമെന്ന് കരുതി.
പിന്നെ പിന്നെ കരച്ചിൽ വന്നില്ല.
നാട് വിട്ടവരും വീടില്ലാത്തവരും
ചങ്ങാതികളായി.

പലസ്തീൻകാരനും ഐർലണ്ട്കാരനും
തമിഴനും.
നാടുവിട്ട കാല്പാദങ്ങൾ
പല നാട്ടിൽ നിന്നുമുള്ള ചെരുപ്പുകൾ കൊണ്ട് മറച്ചു.
ഒരു മണ്ണും സ്വന്തമെന്ന് ഒരു കാലും
പിന്നെ ചവിട്ടിയില്ല.
നിലം തൊടാതെ നടത്തം,
നിലം തൊടാതെ കിടത്തം.
ഉടലിന് മീതെ മന്ത്രപരവതാനി
വട്ടം വെച്ചു.
എങ്കിലും, ഒരിക്കലെങ്കിലും നീ
ഞങ്ങളുടെ നാട് കാണണം എന്ന്
എല്ലാവരും പറഞ്ഞു.
മീനുള്ള പുഴകളും
കായ്ക്കുന്ന മരങ്ങളും
കാട്ടിലെ പക്ഷികളും
തലയിലെ വെയിലും
ഉടുപ്പിലെ മഴയും, എല്ലാവരും
കൊണ്ട് പോന്നു.
കൺപോള മറവിൽ, കാലം
ഒറ്റയ്ക്കിരിക്കുന്നത് എല്ലാവരും
കാണിച്ചു തന്നു.
ഞാൻ പറഞ്ഞു :
വെയിലിൽ, പൊൻനാളങ്ങൾ പടർത്തി നിന്ന
കൊമ്പനാനകളുടെ തലകളെപ്പറ്റി.
വാദ്യക്കാർ നിരന്നു.
ആരവത്തോടെ പകൽ മുഴുവനും.
കൊട്ടി കൊട്ടി രാത്രിയായി.
നക്ഷത്രങ്ങൾ മാനത്ത് നിറഞ്ഞു.
മരച്ചോട്ടിൽ ദേവതകൾ നിന്നു.

ഇടതുകൈ അരയിൽ കുത്തി,
വലതു കൈ മേല്പോട്ട് ഉയർത്തി, പലസ്തീൻകാരൻ
ഒരു തവണ കൂവി.
ഐർലണ്ടുകാരൻ മേശമേൽ താളമിട്ടു.

എനിക്കറിയാം എനിക്കറിയാം എന്ന്
തമിഴത്തി കണ്ണുകൾ കൂമ്പി...

നിലാവും
ആകാശവും
മരങ്ങളുമുള്ള രാത്രി.
മുറ്റത്തെ ഇളംചെടി കാറ്റിൽ
മെല്ലെ ആടിക്കൊണ്ടിരുന്നു:
കയ്പവല്ലരി.
ഞാൻ പറഞ്ഞു :
വീട് ഇവളുടെ പേരിലാക്കണം. ■

ഭ്രാന്ത്

ഇപ്പോൾ ഭ്രാന്ത് പിടിക്കുമല്ലോ എന്ന്
സങ്കടപ്പെട്ട സമയത്തൊക്കെ
പണ്ടത്തെ ചങ്ങാതിയെ
ഓർമ്മ വന്നു.

നളനെ പോലെ കാമുകനും
ചൂതാട്ടക്കാരനും
രാജ്യം വേണമെന്ന്
കൊതിച്ചവനുമായിരുന്നു.

ഭ്രാന്തായി, ജനൽച്ചില്ലിലെ
വെള്ളിമേഘങ്ങൾക്ക്
സന്ദേശം കൈ മാറാൻ
പകൽ മുഴുവൻ നിന്നു.

രാത്രി, കിളികളുടെ ഒച്ചയിൽ കരഞ്ഞു.
അത് കേൾക്കാനായി കണ്ണടച്ച്
കാതോർത്ത് കിടന്നു.

രാജ്യം നഷ്ടപ്പെട്ടാൽ
പ്രണയം കളഞ്ഞു പോയാൽ
ഒരു മാതിരി ആളുകൾക്കൊക്കെ
ഭ്രാന്ത് വരും.
നായ ഓരിയിടുമ്പോൾ
പക്ഷി നിർത്താതെ ചിലക്കുമ്പോൾ
പെട്ടെന്ന് മരം ഇലകൾ വീഴ്ത്തുമ്പോൾ
ഭ്രാന്ത് വരാത്തവരാരും ഇല്ല എന്ന് തോന്നും.

ഇപ്പോൾ ഭ്രാന്ത് പിടിക്കുമല്ലോ എന്ന്
സങ്കടപ്പെട്ട സമയത്തൊക്കെ

ഉള്ളിൽ ഒരാൾ എഴുന്നേറ്റു നിന്നു.
മൗനം ജനനിബിഡമായി.
നടപ്പിലും കിടപ്പിലും ചെന്ന് മുട്ടി.

പഴയ ചങ്ങാതി മരിച്ചപ്പോൾ
കാണാൻ ചെന്ന്.
സമയമാകുമ്പോൾ വിളിക്കുമെന്ന്
പുറത്ത് കാത്തു നിന്നു.
ആദ്യമായി ഒരാളെ പരിചയപ്പെടാൻ,
കൈ പിടിച്ചു കുലുക്കാൻ,
അറിയുമോ എന്ന് ചോദിക്കാൻ.

ഉള്ളിൽ ഒരുത്തൻ,
ഒപ്പം വന്നവൻ,
കൂടെ വരാൻ തിരക്കു കൂട്ടി.
സമയമായി സമയമായി എന്ന്
നായും കിളിയും മരവും...

2

അരങ്ങിലെ നളന് കലി ബാധിച്ചപ്പോൾ
അണിയറയിലെ മുഖം, ഉറക്കം ഒക്കെ
ഓർമ വന്നു.
മുഖം രാജാവായത്
ഉടൽ സ്ഥാനഭ്രഷ്ടമായത്
ഉറക്കത്തിൽ അറിഞ്ഞില്ലല്ലോ
നന്നായി, എന്ന് സമാധാനിച്ചു.

എങ്കിലും,
ഉറക്കത്തിൽ നിന്നും
ഇറങ്ങിപ്പോയ ആൾ
മരച്ചോട്ടിൽ പദങ്ങൾ പാടി
ഒറ്റയ്ക്കിരിക്കുന്നത് കണ്ടപ്പോൾ
ഇതിനേയും ഭ്രാന്ത് പിടിച്ചുവല്ലോ എന്ന്
സങ്കടപ്പെട്ടു.

അങ്ങനെയത്രേ, നിലാവ് ചേർത്ത രാത്രി
തുള്ളി തുള്ളിയായി വറ്റിയതും
പകൽ പേടിയായതും...

നോക്കണ്ട.

അഴിച്ചു വിട്ട നാട പോലെ,
ഓർമ്മ,
ആദ്യം കയറായും പിന്നെ പാമ്പായും
ആദ്യം കാലിലും പിന്നെ കഴുത്തിലും കിടന്നു.

കഴുത്തിനു ചുറ്റും മുറുകുന്ന സർപ്പം
വയറ്റിൽ ഒന്നുമറിയാതെ ഉറക്കം
ചർദ്ദിച്ചു കളയാൻ മൗനത്തിന്റെ
സമുദ്രം: ശിവനേ!
ഇപ്പോൾ ഭ്രാന്ത് പിടിക്കുമല്ലോ എന്ന്
തെരുവിലേക്കും ഓടി...

ഒന്നുമില്ല.
വെറുതെ എല്ലാം.
വീട്ടിലേക്കു തന്നെ തിരിച്ചു നടന്നു.
വഴിയിൽ,
ഉറങ്ങുന്ന നായയെ കണ്ടു.
മരക്കൊമ്പിൽ കിളിയെ കണ്ടു.
സന്തോഷമായി. ചിരി പൊട്ടി.
ഉടുത്ത മുണ്ടഴിച്ചു തലയിൽ കെട്ടി.
പഴയ ഒരു പാട്ട് ഓർമ്മ വന്നു.
വേറൊന്നു പാടി...

തിരിഞ്ഞു നോക്കില്ല.
നിഴലായി,
പിറകെ വന്നാലും. ■

കടൽ പോലെ കര

നെറുകിൽ
പൂ പോലെ
പൂഴി വിതറി
ഒരാൾ,
നാലാമത്തെ
കാൽവെപ്പ്
രണ്ടാമത്തെ
കാൽവെപ്പിലേക്ക് തന്നെ
മടക്കിക്കൊണ്ട് വന്നു വെച്ച
സ്ഥലം,
ഒരു ഭൂഖണ്ഡം.

ശ്വാസം അടക്കിപ്പിടിച്ച്.

ഇറ്റിറ്റു കാണാതായ കര.
വറ്റിയത് പോലെ
അതിന്റെ
ഒച്ച.

കണ്ടിട്ടുണ്ട്
ഞാനുമാ-
കര.
ചിറകുകൾ മോഹിച്ച്.
ചിലപ്പോൾ
പാപത്തിന്റെ വേഗത്തിൽ,
നെഞ്ചിൽ
കടൽ പോലെ. ■

ചില്ലുകൾ, ഒട്ടകം, ഇടനാഴി

ഒരു ഒട്ടകം
നീണ്ടു നിവർന്നു നിൽക്കുന്നത് കാണും
ചിലപ്പോൾ, ഞങ്ങളുടെ
വീട്ടിലെ പഴയ ഇടനാഴിയിൽ.
വീട് വിട്ടു പോയ ശേഷം.

പണ്ട് അതിലൂടെ എലികൾ ഓടി, പൂച്ച നടന്നു.
മരിച്ചവർ വന്നു. ദൈവങ്ങൾ വന്നു.
ആ ഇടനാഴിയിൽ അന്ന് കണ്ടവർ ഒക്കെ
പിന്നെ കാണാതായി
ചില ഒച്ചകൾ പോലെ.
ചിലപ്പോൾ, വേറെ നാട്ടിലെ വെളിച്ചം
അവരെ ഒക്കെ കൊണ്ട് വന്നു
ഉച്ചയുറക്കത്തിൽ വെച്ചു പോയി
പല വഴികളിൽ ഉറക്കം ചിതറി ചില്ലുകൾ പോലെ തന്നെ.

ഒട്ടകം, പക്ഷേ എപ്പോൾ വന്നു?

അന്ന് പൊട്ടിയ ചില്ലുകൾ ആവുമോ ഈ നില്പ്?
വീട്ടിൽ ഇല്ലാത്ത മൃഗം ആകുമോ ഒരാൾ വീട് വിട്ടാൽ
എന്ന് കാണിക്കുമോ ഈ നില്പ്?
വെറുതെ.

ഒട്ടകം വഴിയിൽ ഉപേക്ഷിച്ച ഒരു യാത്ര പോലെ വന്നോട്ടെ.
ആ ഇടനാഴി പോലെ തന്നെ.
എങ്കിലും ഇന്നലെ നിന്നെ ഞാൻ പുണർന്നു നിന്നപ്പോൾ,
ഉള്ളിൽ എഴുന്നേറ്റു നിന്നു, അതും :
മൃഗം പോലെ ഞാൻ ചുണ്ട് കൂർപ്പിച്ചത് ഓർമ.
നിന്റെ മുതുകിൽ കയറി കിടന്നത് ഓർമ.

ചില്ലുകൾ പൊട്ടിച്ചു
വെളിച്ചം മുറിച്ചു കടന്നു
ഒരു പൂച്ച.

ഇന്ന് മുഴുവൻ ഞാൻ കണ്ണ് പൂട്ടി ഇരിക്കും. ■

ആരാ?

പണി ആയുധം എടുക്കാത്തത് നന്നായി,
ഇന്ന് മുഴുവൻ മനോരാജ്യം കാണാം എന്നായിരുന്നു.
പക്ഷേ, കൂടെ വന്ന ആൾ സമ്മതിച്ചില്ല.

ഒറ്റയ്ക്ക് നടക്കുമ്പോൾ
കൂടെ ആരെങ്കിലും ഉണ്ടെന്നു തോന്നും.
ആരും ഇല്ലെങ്കിലും ഉണ്ടെന്നു കരുതും,
അതുകൊണ്ട് മിണ്ടും, ചിലപ്പോൾ മിണ്ടില്ല.

അല്ലെങ്കിൽ നടക്കുമ്പോഴും കൂടെ
ഒരു മുറി വേണം.
അകത്തു നിന്നും പൂട്ടി ഇരിക്കാൻ
വാതിലിൽ മുട്ട് കേൾക്കുമ്പോൾ
“ആരാ” എന്ന് ചോദിക്കാൻ
“പുറത്തു ഞാൻ കാളി, അകത്തു ആരാ?”
എന്ന് കേൾക്കാൻ. ■

കടിക്കണോ...

രാവിലെ തന്നെ
ക്യു നോക്കി ഇപ്പുറത്ത്
മതിലിൽ ഇരുന്നു.
പാട്ട് പാടാൻ വന്ന ഈച്ചയെ
ചെവിയിൽ തന്നെ അടച്ചു വെച്ചു.
ഒരു കാറ്റ് വന്നു തലയിൽ തൊട്ടപ്പോൾ
കണ്ണുകൾ ഓളം വെട്ടി.

അപ്പോഴും ക്യൂ മോഹിപ്പിച്ചു:

നിരയായി പൊതിഞ്ഞു വെച്ച കുണ്ടികൾ
പൊതിഞ്ഞ, പൊതിയാത്ത നിരയായി കാലുകൾ
കുലകൾ പോലെ തൂക്കിയിട്ട പല വലുപ്പത്തിലെ
കൈ വിരലുകൾ.
ഒക്കെ കൊതിപ്പിച്ചു.
അതൊക്കെ ഒന്നാക്കി, ഒരു അപ്പം പോലെ
വായിൽ ഇട്ടു ഓടുമ്പോഴുള്ള
സുഖം ഓർത്തപ്പോൾ
തെണ്ടിയ തെരുവ് വായിൽ
ചുമച്ചു വന്നു, കടലോ
കരയോ പോലെ...
കടിക്കണോ... ■

കുയിൽ

പത്താമത്തെ
നിലയിലെ
വീട്ടു ജനാലക്കൽ
തണുത്ത രാത്രിയിൽ
കുയിൽ പാടിയത് കേട്ട്.

വിമാനങ്ങൾ തൊട്ടിട്ടുണ്ടെങ്കിലും
പക്ഷികളുടെ ആകാശമല്ല.
വലിയ മരങ്ങളോ
കാടോ ഇല്ല.
എങ്കിലും ഉണർന്നു
ആ ഒറ്റവരി പാട്ടിൽ.

കൺകൾ മിഴിച്ചു കിടന്ന
രാത്രിയിൽ നിന്നും
പോകാതെ നിന്ന സ്വപ്നമെന്നു കരുതി,
പോകണേ എന്ന് പറഞ്ഞതാണെങ്കിലും.
കാറ്റാകില്ല. ഇത്ര ഉയരത്തിൽ വന്നു
മരുഭൂമിയിലേക്ക് തന്നെ മടങ്ങുമ്പോൾ
ഹൂയ്യേ എന്ന് കൂവിയതല്ല.
കടൽ അല്ല.
മറന്നു വെച്ച പാട്ടിനായി ആരും
കടലിൽ മുങ്ങിയിട്ടില്ല.
മുത്തിനല്ലാതെ.
കടലും മരുഭൂമി പോലെ
കൈയിലോ ചുണ്ടിലോ പകരില്ല,
ഒരോർമ്മയും.

നിന്റെ ഓർമ്മ എന്ന് പറയാൻ
"എന്റെ പാട്ടുകാരീ" എന്ന്

ഉമ്മ വെച്ചിട്ടില്ല.
മറന്നിട്ടില്ല.
എങ്കിലും, ജനൽ ചതുരത്തിൽ
ഈ രാത്രി നിന്റെ കൊക്കുരുമ്മിയിട്ടുണ്ട്.
ചിറകുകളും.
നിന്റെ കാൽനഖങ്ങൾ കൊണ്ട പാടുണ്ട്,
കാണാതിരുന്നൂടാ എന്ന് പറയാൻ.

രാത്രിയുടെ പക്ഷിയല്ലെങ്കിലും
പിന്നെ എപ്പോഴോ
നീ വന്ന പകൽ ഓർമ്മ വന്നു :

തീയോടെ നിലം പൊത്തുന്ന ആകാശം
പതുക്കെ മാഞ്ഞ ഒരു വീട്
മുറ്റത്തെ ഒലിവുമരം
മരക്കൊമ്പിലെ പട്ടം
ദൈവമേ എന്ന് ഉയർന്ന
കൈകൾ...

പകൽ ഇത്ര ഉയരത്തിലേക്കും പറക്കുമോ
കരിഞ്ഞ ചിറകിലും..
ഇത്ര ദൂരത്തേക്കും ഒഴുകുമോ
കടൽ പോലെ...
കിളിയെ, ആ ഒറ്റ വരി പാടിയതോ
പാടാനിരുന്നതോ,
കേട്ടതോ, കേൾക്കാത്തതോ
എന്നറിഞ്ഞില്ല...
മറക്കില്ല, നിന്നെ കണ്ടില്ലെങ്കിലും
ആ ഒറ്റവരി നൂലിൽ നീ
ജനലിൽ തൂക്കിയിട്ടു പോയ
ആകാശം.... ■

നഗരത്തിൽ യക്ഷൻ

"നിന്നഭാവത്തിലനുഭവിക്കുന്നു ഞാ-
നമ്മയെപ്പണ്ട് പിരിഞ്ഞതിൻ വേദന"

(ആറ്റൂർ രവിവർമ്മ - 'നഗരത്തിൽ ഒരു യക്ഷൻ' - 1959)

വിക്റ്റോറിയ ടെർമിനസ്സിൽ
വണ്ടി നിന്നതേയുള്ളൂ
ഒരുവൾ കണ്ണ് കാണിച്ചു വിളിച്ചു :
ഓർമ്മകളുടെ കിലുക്കം
ഉറക്കം വരാത്ത രാത്രികൾ
ഭാസ്ക്കരൻമാഷുടെ ചലച്ചിത്ര ഗാനങ്ങൾ-
ആ കണ്ണുകൾ ഒറ്റയടിക്ക്
പറയാത്തത് ഒന്നുമില്ല.

കൈ തൊട്ടപ്പോൾ വളകൾ ചിലച്ചു
പക്ഷിക്കൂട്ടം പോലെ.
മരക്കൊമ്പുകൾ ഉപേക്ഷിച്ചും
പാടങ്ങളിൽ ചെന്നിരിക്കാതെയും അവ
ആ കണ്ണുകൾക്ക് ചുറ്റും വട്ടമിട്ടു.

മുഖം കണ്ടതേയില്ല.
എങ്കിലും ചുവപ്പിച്ച ചുണ്ടുകൾ കണ്ടു.
നീണ്ട മൂക്കും വളഞ്ഞ പുരികങ്ങളും കണ്ടു.
വീണ്ടും കണ്ണുകൾ
വിയർത്ത നെറ്റി, മുടിക്കെട്ട്.
വീണ്ടും മുലകൾ.

അക്കാലത്തെ എല്ലാ നടിമാരും പേര് മാറ്റി.
കുളങ്ങൾ വറ്റിയിരുന്നില്ല.
എങ്കിലും പൈപ്പ്വെള്ളത്തിൽ
കുളിക്കാൻ തുടങ്ങിയിരുന്നു.

തൂണുകൾ ചുറ്റി
കണ്ടവരെ എല്ലാം മുട്ടി
കൈ വിടാതെ അവൾ
എന്നെയും കൊണ്ടുപോയി

അഞ്ചു പകലും
അഞ്ചു രാത്രിയും
ഞാൻ അവളുടെ നെഞ്ചിലും
അവൾ എന്റെ നെഞ്ചിലുമായി കഴിഞ്ഞു.
ഉണ്ണാതെ ഉടുക്കാതെ ഉറങ്ങാതെ.
ഏഴാം ദിവസം രാവിലെ ഞങ്ങൾ ഒരുമിച്ച്
പൂനയിലേക്ക് കുതിച്ച ഒരു വണ്ടിക്കു മുന്നിലേക്ക്
കൈകൾ കോർത്ത് ചാടി...
ഉച്ചയ്ക്ക് ഒരുമിച്ച് ഉണ്ട്.
രാത്രിയിൽ പട്ടണം ചുറ്റിക്കണ്ടു.
ഏഴാം നാൾ രാവിലെ
കുളിച്ച് കുറി തൊട്ട് അവൾ
സ്റ്റേഷനിലേക്കു തന്നെ മടങ്ങി...

അതിനും മുമ്പ്
ഞാനൊരു പക്ഷിയായി കഴിഞ്ഞിരുന്നു.
വൈദ്യുത വണ്ടികളുടെ ഒച്ചയ്ക്ക് മുകളിൽ
കെട്ടിടങ്ങൾക്ക് മുകളിൽ
കരച്ചിലുകൾക്കും ചിരികൾക്കും മുകളിൽ
മാനം കറുക്കുവോളം വട്ടമിട്ടും
കൂവി വിളിച്ചും
കണ്ണ് തുടച്ചും
തൂറിയും
അങ്ങനെ. ■

പഴയ ആളുകൾ

ലോകമേ തറവാട് എന്ന്
ഇറങ്ങിപ്പോയി മുത്തച്ഛൻ.
തിരിച്ചു വന്നില്ല.
വളരെ പണ്ടാണ്.
കാശിയിലോ രാമേശ്വരത്തോ വെച്ചു മരിച്ചിരിക്കും
ഗംഗയിൽ മുങ്ങാനിറങ്ങിയതാകും
കാൽ തെറ്റി ഒലിച്ചു പോയിരിക്കും
കഴുകി വൃത്തിയാക്കിയ മരണം എന്ന് കരുതി
ആരും അന്വേഷിച്ചില്ല.

ദാഹിക്കുന്നു, വെള്ളം വേണമല്ലോ എന്ന്
രാത്രിയിൽ വാതിലിൽ മുട്ടുന്ന പലരും
അക്കാലത്ത് ഉണ്ടായിരുന്നു.
മരിച്ചു പോയവർ.
പകലിൽ വലിയ മരത്തണലിൽ ഉറക്കം തൂങ്ങും
രാത്രിയിൽ നടക്കാനിറങ്ങും
നേരിൽ കണ്ടാൽ ചിരിച്ചെന്നിരിക്കും
വൈദ്യുത വിളക്കുകൾ വരുന്നതേയുള്ളൂ
വൈദ്യുത ശ്മശാനം വന്നിട്ടില്ല.
മരണങ്ങൾ ഒക്കെ പകൽ മാത്രം നടന്നു.
അവരിൽ ചിലരാകട്ടെ
"ഇന്ത്യ വിടുക" എന്ന് ശീമാക്കാർക്കെതിരെ
വിളിച്ചോടിയവരാണ്.
"സ്വാതന്ത്ര്യം കിട്ടിയോ കാർന്നോരെ" എന്ന് ചോദിച്ചാൽ
മേല്പോട്ട് നോക്കി നിൽക്കും
ഒന്നും ഓർമ്മ വരില്ല.

ചിലർ ഒളിസ്ഥലം പോലെ മുഷിഞ്ഞും
പിടി കൊടുക്കാതെയും നടന്നു.

മുഖം വടിക്കില്ല.
കണ്ണുകളിൽ വെള്ളം തങ്ങില്ല
"സഖാവേ, ചായ വേണോ?" എന്ന്
ചോദിച്ചാൽ,
"പിന്നെയാവാം", എന്ന് ചിരിക്കും.

ജീവിതത്തിനു മേൽ
ചരിത്രത്തിന്റെ പിടി
അഴിയുന്നതിനും മുമ്പാണ്
സമയമില്ലാഞ്ഞിട്ടാവും
ആരും നിന്നും തരില്ല.

പഴയ ആളുകളായിരുന്നു,
അവർ. ■

ദൈവവും ഞാനും

അച്ഛനും അമ്മയ്ക്കും ഒപ്പം
പുഴയിൽ ചാടി മരിക്കാൻ തീരുമാനിച്ച ദിവസം
വീട്ടിൽ അതിരാവിലെ
ദൈവം വന്നു.
എന്തിനാ ചാവുന്നേ
മോക്ഷം കിട്ടില്ലല്ലോ എന്ന് പറഞ്ഞു.
അച്ഛൻ കണ്ട ഭാവം നടിച്ചില്ല
അമ്മ മുഖം വീർപ്പിച്ചു.
ചേച്ചി നുള്ളി : നോക്കണ്ടാ
എനിക്കാണെങ്കിൽ കണ്ണ് എടുക്കാൻ തോന്നിയില്ല.
പുഴ മോക്ഷത്തിലേക്കുള്ള വെള്ളച്ചാട്ടമോ
എന്നറിയില്ല,
ഒളികണ്ണിട്ടു നോക്കുമ്പോൾ അമ്മ
എന്നെ തന്നെ നോക്കുന്നു.
ചാടണെ എന്ന് ചേച്ചിയും.
അച്ഛനു ദേഷ്യം വന്നു:
പുഴയിൽ ഈ രാത്രിയിലും ഒരു വഞ്ചിക്കാരനോ?
ആരെ കാത്ത്? പോയിക്കൂടാ?
എനിക്കാണെങ്കിൽ കണ്ണ് എടുക്കാൻ തോന്നിയില്ല
വഞ്ചിക്കാരനാണോ രാവിലെ വീട്ടിൽ വന്നത് എന്നോർത്ത്
പക്ഷേ, പിറ്റേന്ന് രാത്രി, വീണ്ടും
പുഴയിലേക്ക് അച്ഛനും അമ്മയ്ക്കും ചേച്ചിക്കും ഒപ്പം
ആരോടും മിണ്ടാനില്ലാതെ നടക്കുമ്പോൾ
പേടി തോന്നി, കരച്ചിൽ വന്നു.
ദൈവം ഇല്ലെങ്കിലോ? ■

ഒരുപക്ഷേ എന്തെങ്കിലും ഓർമ്മ വന്നാലോ...

ചാവാൻ നിശ്ചയിച്ച്
പുഴയിൽ ചാടി
ഒഴുക്കിൽ പെട്ട്
മരിച്ചു എന്ന് തന്നെ കരുതിയ
ആൾ,
അദ്ഭുതകരമാം വിധം
മരണത്തിൽ നിന്നും രക്ഷപ്പെട്ട ആൾ
ചുറ്റും നിന്നവരോട് പറഞ്ഞു :
നേരെ ഒഴുകി വന്ന ഒരില
എന്നെ അതിൽ പിടിച്ചു കിടത്തി.
പിന്നെ എല്ലാം തെറ്റി.
പുഴ തിരിഞ്ഞൊഴുകുന്നത് കണ്ടു.
മീനുകൾ കൂട്ടത്തിൽ ഒരാളെ പോലെ നയിച്ചു.
ഓളങ്ങൾ എന്റെ ദേഹത്തിൽ
മുത്തമിട്ടു കളിച്ചു, കുട്ടിക്കാലം ഓർമ വന്നു.
ഇല എന്നോട് പേരു ചോദിച്ചു.
വീടും നാടും മക്കളെപ്പറ്റിയും.
വെറും ഇലയായിരുന്നില്ല,
മരങ്ങൾ ഭൂമിയിൽ നടന്നിരുന്ന കാലം പറഞ്ഞു.
മലകൾ പറന്നു നടന്ന കാലം ഓർത്തു.
അയാൾ പറഞ്ഞു :
പുഴയോട് എന്നെ ചതിക്കരുതെ എന്ന് കരഞ്ഞു.
ഞാൻ മരിക്കാൻ നിശ്ചയിച്ചതല്ലേ...
എന്നിട്ടോ?
കേട്ടു നിന്ന വൃദ്ധൻ പറഞ്ഞു :
മരിച്ചില്ലല്ലോ. അത് ശരിയല്ല.
ഒരു കാര്യം തീരുമാനിച്ചാൽ അത് നടത്തണം.

അല്ലെങ്കിൽ എങ്ങനെ മനുഷ്യനെന്ന് പറയും.
ശരിയാണ്
അദ്ഭുതകരമാം വിധം
മരണത്തിൽ നിന്നും രക്ഷപ്പെട്ട ആൾ
ചുറ്റും നിന്നവരോട് പറഞ്ഞു :
പക്ഷേ, ആ ഭ്രാന്തൻ മീനുകൾ, അവ
എന്റെ കൈയിൽ ഒരു പിടി വൈക്കോൽ തുമ്പ്
പിടിപ്പിച്ചു. മുങ്ങി ചത്തോളാൻ പറഞ്ഞു.
ആദ്യം ഇല, ഇപ്പോൾ മീനുകൾ
വൃദ്ധൻ പറഞ്ഞു : രക്ഷയില്ല, എനിക്ക് പറ്റില്ല.
ഞാൻ നുണ കേൾക്കില്ല.
മീനുകളെ പറ്റി പറയൂ,
കേട്ടു നിന്ന ചെറുപ്പക്കാരൻ പറഞ്ഞു :
രസം തോന്നുന്നു.
മീനുകളോ,
പുഴയ്ക്കും മുമ്പേ അവിടെ എത്തിയതാണവ
അതിനും മുമ്പ് മരങ്ങളുടെ പേരുകളായിരുന്നു.
മാവ്, പ്ലാവ്. ഉങ്ങ്, പ്ലാശ്, തേക്ക്
ഇലഞ്ഞി എന്നിങ്ങനെ.
പിന്നെ പേരുകൾ ഉപേക്ഷിച്ചു.
ഇപ്പോൾ പുഴ.
പുഴയുടെ ദിവസവും മാസവും വർഷവും
ഞങ്ങളാണ്. മീനുകൾ പറഞ്ഞു.
രസം തോന്നുന്നു.
ചെറുപ്പക്കാരൻ പറഞ്ഞു :
ഇത് ഗാർസ്യ മാർക്വേസിന്റെയോ
സച്ചിദാനന്ദന്റെയോ വരികൾ തന്നെ.
താങ്കൾ കവിയാണോ?
പേര് എന്താണ്?
നാടും വീടും വിലാസവും പറഞ്ഞില്ലല്ലോ.
അദ്ഭുതകരമാം വിധം
മരണത്തിൽ നിന്നും രക്ഷപ്പെട്ട ആൾ
തല കുനിച്ചു നിന്ന്.
കൈകളിൽ അപ്പോഴും വൈക്കോൽ-
ത്തുമ്പുണ്ടെന്ന മട്ടിൽ
ഉള്ളം കൈകൾ ചുരുട്ടിപ്പിടിച്ചു തന്നെ.
ഒന്നും ഓർമ്മ വരാതെ.

പേര് വീട് വിലാസം...
മുങ്ങിച്ചത്തത് എന്തിനാണെന്നും...
ഒന്നും ഓർമ്മ വരാതെ,
മരിച്ച ആൾ പോലെ തന്നെ.
അയാൾ ചുറ്റും നിന്നവരോട് പറഞ്ഞു :
ആ പുഴയിലേക്ക് തന്നെ എന്നെ
കൊണ്ടു പോകുമോ?
ഒരു തവണ കൂടി?
ഒന്നു കൂടി ചാടാൻ?
ഒന്നു കൂടി ചാവാൻ?
ഒരുപക്ഷേ
എന്തെങ്കിലും ഓർമ്മ വന്നാലോ... ■

മാംസാഹാരം

ആട്ടിറച്ചി
പിന്നീടൊരിക്കലും
കഴിച്ചില്ലെങ്കിലും
ഗാന്ധിജി തന്റെ
വയറിന്റെ നിലവിളി
കേട്ടിരുന്നു.
ബുദ്ധതൂണുകളുടെ നിഴലിൽ
ആരും കാണരുതേ എന്ന്
പ്രാർത്ഥിച്ചും
കരയില്ലെന്ന് ഉറപ്പിച്ചും
ഒരാട്ടിൻകുട്ടി.
പരുങ്ങുമെന്നല്ലാതെ
ഒരൊറ്റ ചാട്ടത്തിൽ അതിനെ
തന്റെ വായിൽ വെച്ച്
തൂണുകളുടെ മറവിലേക്ക്
മാറി നിൽക്കുമെന്നല്ലാതെ
ആ നിലവിളിക്കും വേറെ
വഴിയൊന്നും ഉണ്ടായിരുന്നില്ല.
പിന്നീടായിരുന്നു,
ക്വിറ്റ് ഇന്ത്യയും
ജനുവരി മുപ്പതും.
പടയോട്ടത്തിൽ നിന്ന്
കാൽമുട്ടോ കൈപ്പത്തിയോ
കൊടിയോ പെൻഷനോ
അരയ്ക്കു താഴെ മുറിയുന്ന
ഭൂപടമോ
കണ്ടെടുക്കാമെങ്കിലും

ഒരു നിലവിളിക്കും
മറുവിളിയൊന്നുമില്ല :
നിലത്ത് മൂത്രമൊഴിക്കും മുമ്പ്
ഓവിലേക്ക് ഉരുണ്ടൂടെ എന്നോ.
ചുണ്ടിലുരയുന്ന മുലയിൽ നിന്ന്
അമ്മയും കാമുകിയുമാവാതെ
ഒരു പുഴ, ഒലിച്ചെങ്കിലായി
പ്രളയമോ ആലിലയോ
വന്നെങ്കിലായി...

പട്ടണവും മൂത്രപ്പുരയും
വട്ടമിട്ടു പോയ കാറ്റ്
പട്ടണവും മൂത്രപ്പുരയുമായി തന്നെ
മടങ്ങി വന്നു,
അതേ മുഷിവിൽ
അതേ വേഷത്തിൽ...
എങ്കിലും,
മൂത്രപ്പുരയിലേക്ക്
ചൂലുമായി കയറുന്ന വൃദ്ധൻ
അയാൾക്ക് പിറകെ
കരഞ്ഞും ചിരിച്ചും
ഒരാട്ടിൻകുട്ടി.

സായിപ്പിന്റെ ചലച്ചിത്രം, തീർച്ചയായും
മറക്കാവതല്ല. ■

ഇരിപ്പ്

(ആറ്റൂർ രവിവർമ്മയ്ക്ക്)

മിനുസമുള്ള സ്ഥലങ്ങളിലിരിക്കാൻ
സുഖമാണ്.
പക്ഷേ, ഓർമ വരും
ചിലപ്പോൾ ചില പല്ലുകൾ.
കുത്തിയിരുത്തിയ ദൈവത്തെ പോലെ
ചിരി കേട്ടത്.
ഉരസി ഇറങ്ങുമ്പോൾ
വേദനിച്ച ദൂരം
മാന്തി പൊളിച്ചത്.
കള്ളന്റെ കാലുകൾ ഉണ്ട് ഓടാൻ,
പിറകെ വന്ന കാളൻ കാണാതെ
മായാൻ.
എങ്കിലും പറ്റില്ല.
ഓർമ വരും
പിറകെ വന്ന പട്ടിയെ
കൊല്ലും എന്ന് മുരണ്ടപ്പോൾ
കാണട്ടെ എന്ന് കുത്തനെ നിന്ന
മൃഗത്തെ.
ഇപ്പോൾ നെഞ്ചിൽ വന്നു മുട്ടിയ
അതിന്റെ നിഴലിനെ.
പറ്റില്ല അധികം
മിനുസമുള്ള
സ്ഥലത്തിരിക്കാൻ.
എണീക്കാൻ തോന്നും വേഗം
ഒളിച്ചിരിക്കാനും.
ഒളിഞ്ഞു നിന്ന് വില്ല് കുലച്ചിട്ടുണ്ട്
അതേ ആൾ എന്ന് തോന്നും

ശത്രുവിനെ തൊടാതെ, വെല്ലാതെ
നിൽക്കുമ്പോഴും.
എങ്കിലും പറയാതെ വയ്യ
എന്ത് സുഖമെന്നോ
ഇങ്ങനെ ഇരിക്കാൻ
മിനുസങ്ങളോടെ.
മറന്നു വെച്ച പോലെ.

എണീക്കില്ല, വിളിച്ചാലും.
പണ്ട് കേട്ടതല്ലെങ്കിലും. ■

പക്ഷികൾ എന്ന് പറയുമ്പോൾ പറക്കുന്നു എന്നർത്ഥം

(ഇടശ്ശേരിയെ ഓർത്ത്; സർജുവിനും)

മരിച്ച കവിയുടെ കൂടെ നിൽക്കുന്ന
നിന്റെ ഫോട്ടോ കണ്ടു, ഇന്നലെ.
പേടിച്ചു പോയി.
കവിയും നീയും ചിരിച്ചു നിൽക്കുന്നു.
പിറന്നാളോ, ശതാബ്ദിയോ,
നിന്റെ വീട്ടിൽ വന്നതോ, ജീവിതം
ഒട്ടിച്ചു വെച്ചിരിക്കുന്നു.
നീയും ചത്തു പോയോ എന്നറിയാൻ
ഫോണിൽ വിളിച്ചു.
ഹലോ എന്ന് കേട്ടപ്പോൾ ആശ്വാസമായി.
പക്ഷികൾ എന്ന് പറയുമ്പോൾ
പറക്കുന്നു എന്നർത്ഥം.
ചിറകു പൂട്ടി ഇരിക്കുന്നതോ, ഇനി
പറക്കില്ല എന്ന് പറഞ്ഞതോ
ഓർമ വരില്ല.
നീ കൂടി ചത്തു പോയാൽ എന്തൊരു നഷ്ടമാകും!
കവിതയ്ക്ക്, എനിക്ക്,
നിനക്ക് തീർച്ചയായും.
നിന്നെ എവിടെ തേടും?
സ്വർഗത്തിൽ കവിതയില്ല
ഒരൊറ്റ ട്യൂണിൽ ദൈവം
ഒരൊറ്റ സംഗീതം സെറ്റ് ചെയ്തിരിക്കയല്ലേ.
നരകത്തിൽ കവിതയുണ്ടാകും, പക്ഷേ
നിന്നെ എങ്ങനെ കേൾക്കും?
ചത്തു പോയ കവികൾക്കൊക്കെയും നിന്നെക്കാൾ
എട്ടോ പത്തോ കിലോ കാണും

ഒച്ച അതിലും കൂടും...
കൊൽക്കത്തയിൽ നിന്നും
മദിരാശി വഴി തിരുവനന്തപുരം പോയ
കടമ്മനിട്ട രാമകൃഷ്ണനെ
എം ഗോവിന്ദൻ
കുറ്റിപ്പുറം പാലത്തിൽ വെച്ചു
കണ്ടുമുട്ടിയാൽ എന്ന് നമ്മൾ
നടിച്ചത് ഓർത്തു :
ഞാൻ ഗോവിന്ദൻ
നീ രാമകൃഷ്ണൻ
ഗോവിന്ദൻ : രാമാ, പാലത്തിലൂടെ പാടി വരുന്ന
ആളെ മനസ്സിലായോ?
രാമകൃഷ്ണൻ : ഞാൻ അല്ലെ?
ഗോവിന്ദൻ : രാമനാണോ?
രാമകൃഷ്ണൻ : ഞാൻ അല്ലെ?
നിലാവുണ്ടായിരുന്നു, നാവാമുകുന്ദൻ കണ്ടിരുന്നു.
പാലത്തിനു താഴെ, വെള്ളത്തിനു മീതെ ഒരാൾ നടന്നു..
പീപ്പിളി പോലെ തേങ്ങിക്കൊണ്ട് പിറകിൽ ഒരുത്തിയും.
ഗോവിന്ദനെ ഇന്ന് വരെ കണ്ടിട്ടില്ല എന്ന് നീ പറഞ്ഞു
മരിച്ച ആളല്ലേ വരും എന്ന് ഞാൻ വാക്ക് തന്നു.
എങ്കിലും അന്ന് കേട്ട കരച്ചിൽ
ഏത് പൂതത്തിന്റെ എന്ന് ഇന്നും തിരഞ്ഞു,
നീ തിരിച്ചു വിളിച്ചപ്പോൾ.
ഈ കരീബിയൻ ട്യൂണിലും ആ കരച്ചിൽ.

അവിടെയും കാണും പാലങ്ങൾ
കടലിനു മീതെ നടക്കുന്ന കവികൾ. ■

ഒരാൾ മിലാൻ കുന്ദേരയെ വായിച്ച വിധം

ജീവിതം ഒരു പക്ഷിയാണെന്ന്, ഇയാളും
വിശ്വസിച്ചു പോയി :

മൂന്നാമത്തെ വയസ്സിൽ വരച്ച ചിത്രമോ
ചിത്രകാരനും അമ്മയും
കിടപ്പറയിൽ നിന്നും കേൾപ്പിച്ച ശബ്ദമോ
ജീവിതത്തെ പക്ഷിയാക്കാം.
ഇതൊന്നും വേണമെന്നില്ല.
ഇയാൾ ഒരു കവിയാകുമോ?
ഇരുപത്തൊന്നാമത്തെ വയസ്സിൽ
അല്ലെങ്കിൽ മുപ്പത്തിയഞ്ചിനിടയ്ക്ക്
ഒരാൾക്ക് ഓർമ തെറ്റുമോ?
സ്വന്തം ഓർമ
സുബോധമുള്ളവർ ആരെങ്കിലും
കുത്തി തുറക്കുമോ?
അകത്തു കടന്നാലുടൻ
ചമ്രം പടിഞ്ഞിരിക്കുമോ?
ഇയാൾക്ക് ബോറടിക്കില്ലേ?
വൈകിയിട്ട് അഞ്ചു മണിക്കാണ്
അതിഥികൾ:
മരങ്ങൾ പാമ്പുകളായി ഇഴഞ്ഞു വന്ന്
ബഷീറിന്റെ കിടപ്പോ
പി യുടെ അലച്ചിലോ ആയി
നിഴലുകൾ തീർക്കുന്നു.
കഥകൾ നാലു ദിക്കിൽ നിന്നും
കൈകൊട്ടി വിളിക്കുന്നു - ആളെ കാണില്ല.
കവിത ചൊല്ലി കേൾപ്പിക്കുന്നു,
കരച്ചിലോടെ ഒടുങ്ങുന്നു.

ഓർമകൾക്ക് പിറകിൽ,
പാതി മുഖങ്ങൾ മാത്രം കാണിക്കുന്നു...
പുസ്തകങ്ങൾ
കാതടപ്പിക്കുന്ന കാറ്റായി
ഒറ്റക്കാലൊച്ചയായി
ഓർമകൾക്കുള്ളിൽ തന്നെ
കുരുങ്ങി കിടക്കുന്നു.
ഒരുനാൾ ഉറക്കത്തിൽ
അസ്തമനത്തിലേക്ക് കുതിക്കുകയായിരുന്ന
ഒരു കടൽ, ഇയാൾ
ഒറ്റയ്ക്ക് നീന്തി കയറി.
കാത്തു നിന്നവരെയെല്ലാം
തിരിച്ചറിഞ്ഞു.
അവസാനം,
തന്റെ അമ്മയുടെ വസ്ത്രം ധരിച്ചാണ്
ഇയാൾ മരിക്കാൻ കിടന്നത്.
ഒരു കുഴിയുണ്ടാക്കി,
പച്ചില വിരിച്ചു,
അതിൽ.
ജീവിതം മറ്റെവിടെയോ എന്ന പോലെ. ■

'Life is Elsewhere' - മിലാൻ കുന്ദേരയുടെ നോവലിന്റെ ഓർമ

പച്ചവേട്ട

ഉറക്കം കുത്തി തുറന്ന്
അകത്തു നിന്നും പൂട്ടി
ഒന്നുകൂടി കണ്ണടച്ച് ഓർത്തു:
പിറകിലേക്കു വീഴുന്ന ചെറുപ്പക്കാരനെ
ഒരു കമ്പിളിക്കെട്ടു പോലെ, ഇരുട്ടിൽ
ഒരു പൂച്ചയെ വെടി വെച്ചിട്ട പോലെ
കണ്ടത്.
അറിയുമോ ഇപ്പോൾ ഈ ചത്തത് ആരാണെന്ന്?
സർ. ഇല്ല. അറിയാതിരുന്നതുകൊണ്ട്
വേഗത്തിൽ കൊല്ലാനായി.
അങ്ങനെ അല്ല, ചെറുപ്പക്കാരാ
നമ്മൾ അറിയണം നമ്മൾ ആരെ കൊന്നതെന്ന്
ഉറക്കത്തിനുള്ളിലേക്ക് കൈവിരലുകൾ
പൊട്ടിച്ചുകൊണ്ട് ക്യാപ്റ്റൻ വന്നു.
വെടിയൊച്ചകളായി, അതേ വിരലൊച്ചകൾ
വേറെ ഉറക്കത്തിലേക്കും പാഞ്ഞു.
ജീപ്പിന്റെ പിൻസീറ്റിൽ ചാക്കുകെട്ട് വെച്ചപ്പോൾ
പൂച്ചയുടെ തീട്ടം പോലെ ചിലത്
വിരലിൽ തടഞ്ഞു.
അമ്മ കഴുകി എഴുന്നേല്പിച്ച ചന്തി
ഓർമ വന്നു.
രാത്രിയിൽ
പുഴയിലേക്ക്
ശവം ചാക്കിൽ തന്നെ ഒഴുക്കുമ്പോൾ
ഇവന്റെ തള്ള ജീവിച്ചിരിപ്പുണ്ടോ എന്നും ഓർത്തു.
ധീരമായത് ചെയ്യാൻ ഇരുട്ടാണ് നല്ലത്.
ക്യാപ്റ്റൻ പറഞ്ഞു :
പക്ഷേ പുഴയിൽ ഈ രാത്രി
നമ്മൾ മുങ്ങി കുളിക്കുന്നില്ല.

വിരലുകൾ പൊട്ടിച്ചുതന്നെ പോയ
ക്യാപ്റ്റന്റെ കാലടികൾ
ഉറക്കത്തിൽ വിതച്ചു കഴിഞ്ഞ
കുഴിബോംബുകളുടെ അതിർത്തി വരച്ചു.
ക്യാമ്പിനു മുമ്പിലെ വാതിൽക്കൽ
ജീപ്പ് നിർത്തിയപ്പോൾ
ശുഭരാത്രി പറഞ്ഞപ്പോൾ
ക്യാപ്റ്റൻ ചോദിച്ചു :
ആരാകും അയാൾ?
പുഴയുടെ അടിയിൽ?
മീനാകാൻ മറന്നു ഉറങ്ങാൻ?
ഊഹിക്കാമോ?
സർ?
ഒരിക്കൽ നീ പ്രേമിച്ചവളുടെ ആങ്ങള.
സർ?
ശുഭരാത്രി എന്റെ പ്രിയപ്പെട്ട ചെറുപ്പക്കാരാ.
ഉറക്കത്തിന്റെ പച്ചപ്പടികളിൽ
നിരന്നിരിക്കുന്നവർ
അവർ പൊട്ടിക്കുന്ന വിരലുകൾ
വേറെ ഉറക്കത്തിൽ നിന്നും കേൾക്കുന്ന
വെടിയൊച്ചകൾ
നേരാകുമോ അത്, അതോ
കൊലയിൽ പിടിച്ചിടാൻ വേണ്ടി മാത്രം
പറഞ്ഞതോ...

ഉറക്കത്തിനുള്ളിൽ
കാലുകൾക്കിടയിൽ
തോക്കും വെച്ചു കിടക്കുമ്പോൾ
ഓർമ വന്നു അവളെ. ■

The Feast of the Goat - Mario Vargas Losa

ഒളിച്ചോട്ടം

വീട്ടിലെ കിണറ്റിൽ ഒരു ആമ പാർത്തിരുന്നു
എന്റെ ഏഴു വയസ്സ് വരെ.

രാത്രികളിൽ ചിലപ്പോൾ സ്വപ്നത്തിലും വന്നു.
പൊട്ടാത്ത കുമിളകൾ ചുറ്റിലും നിർത്തി
കിണറുകൾക്ക് പരിചയമുള്ള ഒച്ചയുണ്ടാക്കി
ചിലപ്പോൾ സ്വപ്നം തീരുന്നതുവരെ
ഒരിടത്തുതന്നെ നിന്നു...

മഴ വന്നു. കിണർ നിറഞ്ഞു. ആമ പോയി.

ഇരുപത്തിയാറ് കൊല്ലം മുമ്പ്
നിനക്ക് എന്നോടൊപ്പം ഒളിച്ചോടാമായിരുന്നില്ലേ എന്ന്
പണ്ട് ഇഷ്ടപ്പെട്ടവളോട് ഇന്നലെ ചോദിച്ചപ്പോൾ
വീണ്ടും ആ ആമയെ ഓർത്തു.

മഴ കൊള്ളുന്ന കിണർപോലെ ഉള്ളിൽ
തണുത്ത എന്തോ
കുഴിഞ്ഞു കുഴിഞ്ഞു പോയി....
തുഴഞ്ഞു വന്ന രണ്ടോ മൂന്നോ ഓളങ്ങൾ
പിന്നെ, തിരയടങ്ങി...

എന്താ മിണ്ടാത്തത്?
എന്തോ ഓർത്തുപോയി...

കിണറിന്റെ ആൾമറ ചാടി,
നിലം തൊടാതെ,
ശരം പോലെ ഉടൽ നീർത്തി
ആമ പൊന്തുന്നത് കണ്ടു.
അതുതന്നെ വീണ്ടും വീണ്ടും കണ്ടു.

ഉയരുന്ന വിമാനം നോക്കി നിന്ന പോലെ. ■

'നേതാവ്'

"**അ**ല്ല, അങ്ങോർക്ക് അപ്പൊ
കാറിന്റെ വാതിൽ തുറക്കാൻ അറിയൂലാ?
എപ്പ്ളും ആ ഡ്രൈവർ ഇറങ്ങി ഓടിവരണം?
തുറക്കണം അടയ്ക്കണം?
അല്ല, അങ്ങോർക്ക് മഴയത്ത് കുട പിടിക്കാനും അറിയൂലാ?
ഒരാൾ കുട പിടിച്ച് ഒപ്പം നടക്കണം?
നനയൂലാ? ചൂട് കൊള്ളൂലാ?
ആ ആൾ ഈ ആൾടെ മറുപിള്ളയാണോ?
തള്ള രണ്ടിനേം ഒപ്പം വളർത്തീതാവും?
ശരിക്കും ഇങ്ങനെയാണല്ലേ നേതാവ്!
തിന്നലും തൂറലും സ്വന്തായിട്ടാവും ല്ലെ?
ആവുമല്ലേ? മറ്റേ പണീം?
അല്ലെങ്കി പാടന്നെ ട്ടോ-
അല്ല, പാടന്നെ ട്ടാ യീ പണി" ■

വിധവയുടെ മുറിയിൽ

മഴ വിട്ട് മുപ്പതു ദിവസങ്ങൾ
കഴിഞ്ഞിരുന്നു.
എങ്കിലും മഴ അവിടെത്തന്നെ
ഉണ്ടായിരുന്നു.
വിധവയുടെ മുറിയിലെ
നനഞ്ഞ കണ്ണാടി പോലെ
മോഹമെന്നും വിധിയെന്നും
തിളങ്ങിക്കൊണ്ട്.

ഈ രാത്രിയിലും ഞാനുറങ്ങി.
ഉള്ളിലെ നരകങ്ങൾ
ഓരോന്നായി അടഞ്ഞു.
തല കീഴായി നീന്തുന്ന മീനുകൾ
ലോകം അവസാനിക്കുന്നു എന്ന ഓർമ്മയിൽ
ഇന്നും എന്നെ കാണാൻ വന്നു.
അവയുടെ കണ്ണുകൾ ഇന്നും
മഴയും വേനലും മാറി മാറി കാണിച്ചു.
ഞാൻ കണ്ടില്ല എന്ന് നടിച്ചു.
ലോകം അവസാനിക്കുന്നില്ല എന്ന്
ഉറക്കത്തിൽ ഞാൻ പറഞ്ഞുകൊണ്ടിരുന്നു.
നീ കിടക്കയിൽ എന്റെ അരികിൽ വന്നു കിടന്നു.
ഈറൻ പുതച്ച നിന്റെ ഉടലിൽ
നിന്റെ തന്നെ തലയിലെ പേനുകൾ
ഈ രാത്രിയിലും നടക്കാനിറങ്ങി.
നീ നിന്റെ മുലകളും
വയറും തുടകളും തടവി, നിന്റെ
ശ്രദ്ധ തെറ്റിക്കുന്ന പേനുകളെ ഇന്നും
പുലഭ്യം പറഞ്ഞു. ഇന്നും ഞാൻ

അമ്മയെ അവരുടെ അമ്മയെ
അവരുടെ അമ്മയെ ഓർത്തു.
നിന്റെ ഉറക്കം, പിന്നെ,
മുപ്പതു ദിവസം മുമ്പ് കണ്ട മഴ പോലെ കാണാൻ
ഞാൻ കണ്ണുകൾ തുറക്കാതെ കിടന്നു.
പച്ച മഞ്ഞ ചോപ്പ് എന്ന്
ഒരു നിരത്ത്, ഇന്നും എനിക്കൊപ്പം സമയം
എണ്ണിക്കൊണ്ടിരുന്നു...

ഞാൻ ഇന്നും മരിച്ചു. ■

യക്ഷി, രണ്ടാമതും

എന്റെ ഉടലിലും യക്ഷി പാർക്കുന്നുണ്ട് :
അവൾ പറഞ്ഞു.

പുഴ പോലെ എന്തോ
ചങ്കിലൂടെ
കീഴ്പ്പോട്ട് ഒഴുകി.
അവളുടെ കഴുത്തിൽ എന്റെ ചുണ്ട് വറ്റി.

വഴി നീളെ തെളിഞ്ഞ വിളക്ക് മരങ്ങൾ,
ഒഴിഞ്ഞ നടപ്പാതകൾ,
പൂച്ചട്ടിയിലേക്ക് നീങ്ങുന്ന ഉറുമ്പുകളുടെ നിര,
ഇരുട്ടും വെളിച്ചവും ഉണ്ടാക്കുന്ന
എല്ലാ കാഴ്ചയും ഞാൻ സങ്കല്പിച്ചു.
ഒച്ചയില്ലാതെ ചൂളം കുത്തി.

എന്റെ ബാല്യം നിന്റെ രതിയുടെ
കണ്ടുപിടിത്തമാകട്ടെ: ഞാൻ പറഞ്ഞു.
അവളുടെ മുലകളിൽ മാറി മാറി ഉമ്മ വെച്ചു.

എന്റെ കൺകളിൽ നോക്ക്,
അവൾ പറഞ്ഞു.

ഞാൻ നോക്കി. പട്ടണം പോലെ എന്തോ
ഉള്ളിൽ മിന്നി മാഞ്ഞു.
മഞ്ഞഗോളങ്ങളിൽ ഒന്നിൽ
തുളുമ്പി നിൽക്കുന്ന കടലും മറ്റേതിൽ
കൊടുംകാടും ഒരുമിച്ചു പിറന്നു.
വേർപിരിക്കാൻ മൂക്കുത്തി തിളങ്ങി :
എനിക്കും ദിക്ക് തെറ്റി,

കപ്പൽ പോലെ ഉടൽ ഉടലിൽ
പിന്നെയും പിന്നെയും ചെന്ന് മുട്ടി
പിന്നെയും കീഴ്പോട്ട് ഒഴുകി.
നെടുകെ നിന്ന പുഴ,
കണ്ണാടിയിൽ അവൾ വായ തുടച്ചു.
മുടി കെട്ടി.
പൊട്ടു തൊട്ടു.
കണ്ണാടിയിൽത്തന്നെ വറ്റി. ■

കുളി

പുഴയുടെ അടിത്തട്ടിൽ
വെളുത്ത വിരിമേൽ എന്നപോലെ രണ്ടുപേർ :
ഒരാൺകുട്ടിയും ഒരു പെൺകുട്ടിയും.
അവർക്കും മീതെ അവരുടെ നഗ്നതയും പൊങ്ങിക്കിടന്നു.
ഉപേക്ഷിക്കപ്പെട്ട ഒരു കളിപ്പന്തുപോലെ.
അതോ ഭൂമി പോലെയോ?

പുഴയിൽ അവരുടെ നിഴൽ വട്ടമിട്ടു.
അതിന്റെതന്നെ നിഴൽ പോലെ
ആകാശത്ത് ഒരു പക്ഷിയും വട്ടമിട്ടു.

ആദ്യം അവൻ അവളുടെ
അരക്കെട്ടിലേക്ക് തുഴഞ്ഞു,

കരയിലേക്ക് തിരിച്ചു നീന്തുന്ന
ഒരു യുവാവിനെപ്പോലെ എന്ന് അവൾ
അവനെ നോക്കി കിടന്നു.

പക്ഷി വലുതായി വലുതായി വന്നു.
രണ്ടുപേരും അറിയാതെ
പക്ഷി വലുതായി വലുതായി
വലുതായി വന്നു.

വായിലൂടെ ഊതിയ കാറ്റ് ഉടലിൽ
ഒരു വീടുപോലെ ഉറച്ചുപോയി എന്ന് തോന്നി,
അവൻ ജനലുകളും വാതിലുകളും
ഉള്ളിൽനിന്നും അടയ്ക്കുന്നുവെന്നു തോന്നി..

അവൾ താഴേക്ക് ഒഴുകി,
മുലകൾകൊണ്ട് അവനെ തടഞ്ഞു.

അവൻ കണ്ണുകൾ തുറന്നു..

പക്ഷി വലുതായി വലുതായി വന്നു,
രണ്ടുപേരും അറിയാതെ
പക്ഷി വലുതായി വലുതായി
വലുതായി വന്നു.

ആ നിഴലും പിന്നെ പുഴയ്ക്കുമീതെ ചിതറി.

ആദ്യം പെൺകുട്ടിയും
അവളുടെ പിറകെ ആൺകുട്ടിയും
കരയിലേക്ക് നീന്തി.

കരയിൽ അവൾ അവനെതിരെ നിന്നു
അവൾ ഉടുപ്പുകൾ ധരിച്ചു

അവൾ പോകുന്നത് കാണാൻ
അവൻ വെള്ളത്തിൽത്തന്നെ നിന്നു
കരയിലോ വെള്ളത്തിലോ ഇല്ലെന്നപോലെ
പാതി മൃഗവും പാതി മനുഷ്യനും എന്ന പോലെ. ■

മിച്ചം

എത്രനേരം നിന്നെ കാത്തു.
എത്രനേരം കണ്ടു.
എത്രനേരം കേട്ടു.

പാഞ്ഞുപോയ വണ്ടിയുടെ ഒച്ചയ്ക്കൊപ്പം
അതിന്റെ ഓരോ മുറിയിലും
വേറെ വേറെ മട്ടിൽ ഇരിക്കുന്നു നീ

അങ്ങനെ സങ്കല്പിച്ചതു മിച്ചം:

നീ ഇന്നലത്തെപ്പോലെത്തന്നെ ഇരിക്കുന്നു.
മാറി മറ്റൊരിടത്ത് ഇരിക്കുമ്പോഴും.

ഇപ്പോൾ വണ്ടിക്കൊപ്പം
അതിനേക്കാൾ ഉയരത്തിൽ
അതുണ്ടാക്കിയ മേല്പുരയിൽ ഓട്ടകളിട്ട്
ഒരു പക്ഷി പറക്കുന്നതും
കാണാതാവുന്നതും കണ്ട്
നിന്നെ നോക്കുമ്പോൾ
നീ എന്നെ നോക്കുന്നു.
കണ്ടപോലെ എന്ന് തോന്നിയതൊക്കെ
ഒളിക്കുന്ന ഇളക്കം, ഒരു ഇരമ്പം മാത്രമുള്ള
കടൽ പോലെ.

നിന്നെ കെട്ടിപ്പിടിച്ചാലോ
പ്രതിമയാക്കിയാലോ ■

എന്നിട്ട് എന്തോ!

അന്തിയുറങ്ങിയ മണത്തിനൊപ്പം
ഒളിച്ചു കടത്തിയതാണ്
രാത്രിയിൽ തെറ്റിക്കേട്ട
കുയിൽവിളിയെ
കാവൽ കിടന്ന ഉറക്കത്തെ.

ഒച്ച വെയ്ക്കാതിരിക്കാൻ
കഴുത്തിൽ തൂക്കിയിട്ടു
ചെരുപ്പുകളും.

എന്നിട്ട് എന്തോ!

നിന്നെ കാണാനുള്ള മോഹത്തിൽ
എല്ലാം ഒച്ച വെക്കുന്നു.
കുറുകെ നിൽക്കുന്നു.

ഒച്ചയും പെരുക്കവുമായത്രേ നീ ഇന്നും വരിക!

അവരുടെ പ്രാർത്ഥന പോലെ?
അവർക്കും മുമ്പേ തുടങ്ങിയ ഒച്ചയിൽ?
മരിച്ചവരുടെ നിര കാലുകൾകൊണ്ട്
പൂഴ്ത്തി വെച്ച നിലവിളിയിൽ?

ഹോ! ■

നല്ല കാലം,
ഞാനപ്പോൾ ജോലിയിലായത്

അൻവർ രാമൻ ജോസഫ് വിൽസൺ വിഷ്ണു
കവികളുടെ കാൽച്ചോട്ടിലേക്ക് ആദ്യം
ഒരു കാറ്റ് പറന്നു, മരിച്ചവരുടെ
ശ്വാസംപോലെത്തന്നെ.
അവരിലും മുതിർന്ന ഒരു കവി
ബസ്സിൽവെച്ചു മരിച്ചതിന്റെ അന്ന്, അയാളെ
അയാളുടെ വീടിന്റെ തെക്കുഭാഗത്ത്
പുഴയുടെ കരയിൽ സംസ്കരിച്ച അന്ന്.

മൂത്രപ്പുരയിലെ കണ്ണാടിയിൽ നോക്കി ഞാൻ
നാട്ടിലെ വീട് ഓർമ്മിച്ചു. കിണറ്റിൻകരയിൽ,
കൊട്ടത്തളത്തിൽ കിടന്നിരുന്ന നായയെ
മരിച്ചുപോയ അച്ഛൻ ഓമനിക്കുന്നത് കണ്ടു.

രാമനെ കാറ്റ് പക്ഷേ വിലാപംപോലെ മൂടി
ജോസഫ് തൊട്ടുമുമ്പേ പറഞ്ഞ നുണ
ഒന്നുകൂടി പറഞ്ഞു.
അവരുടെയും ഞങ്ങളുടെയും കവിത
ഊരു ചുറ്റി വന്ന ദൈവത്തെപോലെ
അമ്മയുടെ മടിയിൽ കയറി ഇരുന്നു.

കാറ്റ് വന്ന വഴിയേ പോയി.
പിന്നെയാണ്, അന്നത്തെ ഏറ്റവും നീണ്ട
വിലാപം വന്നത്, രാജ്യങ്ങൾ
അവയുടെ ദേശീയഗാനങ്ങൾ കൃത്യമായി
ഓർമിച്ചു പാടുന്ന പോലെ :
ഞാനാണ് ആ കവി,
ബസ്സിൽ മരിച്ചതും പിന്നെ
പുഴക്കരയിൽ കുഴിച്ചിട്ടതുമായ അതേ കവി

ഞാനാണ് ഇന്നലെവരെ കവിത എഴുതിയത്
എന്റെ പിറകിൽ, അതോ മുമ്പിലോ
ആധുനികത ഇടിഞ്ഞു വീണതു കണ്ട അതേ ആൾ
ഇപ്പോൾ ദൈവത്തിന്റെ കിടപ്പറയിൽ
സംസാരിച്ചുകൊണ്ടിരുന്ന അതേ ആൾ
ആരാ ആ ആൾ? വിഷ്ണു ചോദിച്ചു
മരിച്ച ആൾ, അൻവർ പറഞ്ഞു.

മൂത്രപ്പുരയിലെ കണ്ണാടിയിൽ നോക്കി ഞാൻ
നാട്ടിലെ വീട് ഓർമിച്ചു. കിണറ്റിൻകരയിൽ,
കൊട്ടത്തളത്തിൽ കിടന്നിരുന്ന നായയെ
മരിച്ചുപോയ അച്ഛൻ ഓമനിക്കുന്നത് കണ്ടു.

മുതിർന്ന കവി ബസ്സിൽ
ഓർത്തുകൊണ്ടിരുന്നത് എന്താകും?
കവിത, ദൈവം?

കണ്ണാടിയിൽ നിന്നും നേരെ
അപകടങ്ങളിൽ പോയി ചാടിയ നിഴലുകൾ,
ഭാവനയുടെ ഭ്രാന്തൻമുനമ്പിൽ കയറി നിന്ന്
താഴേക്ക് നോക്കുന്നത് കണ്ടു.

നല്ല കാലം, ഞാനപ്പോൾ ജോലിയിലായത്. ■

അങ്ങനെ കുറെ സിനിമകളുണ്ട് യേശുവിനെപ്പറ്റി

യേശുക്രിസ്തു ഇല്ലേ,
സിനിമ ഉണ്ടാവുന്നതിനും മുമ്പേ
കൊല്ലപ്പെട്ടു.

എങ്കിലും കുറെ സിനിമകളുണ്ട്
യേശുവിനെപ്പറ്റി.

പിന്നീടാണ് സിനിമ കാണുന്ന
കന്യാസ്ത്രീ ഉണ്ടായത്.
രണ്ട് അച്ചന്മാരും ഒരു കന്യാസ്ത്രീയും
പോലീസ് പിടിയിലായത്, ഒരു കന്യാസ്ത്രീ
സിനിമയിലെന്നപോലെ കൊല്ലപ്പെട്ടപ്പോഴാണ്.

ഒരു കിണറ്റിൽ
യേശുവിനുംമുമ്പേ പിറന്ന ഇരുട്ടിൽ
അവൾ തല കീഴായി കിടന്നു :
വെള്ളത്തിനും മീതെ
പൊന്തിക്കിടന്ന കാലുകളിൽ
വീഴാനിരുന്ന സ്വർഗ്ഗം താങ്ങി നിർത്തി
നരകം തൊട്ടുമീതെ കത്തിക്കൊണ്ടിരുന്നു :

വിശുദ്ധമായതെന്തും വെളിച്ചത്തിൽ സംഭവിക്കുന്നു.

ഒരു സിനിമയിൽ യേശുവിനു പ്രണയമുണ്ട്
അയാൾക്ക് ഭാര്യയും കുഞ്ഞുമുണ്ട്
കുരിശുമരണവുമുണ്ട്.

പക്ഷേ, ഒന്നും വിശ്വസിക്കേണ്ടതില്ല.

തെരുവിൽ എവിടെയോ ഇരുന്ന്
കാലിലെ ചെരുപ്പുകൾ
മാറി മാറി പരീക്ഷിച്ച ഒരന്ധൻ
പിന്നെ ആ തെരുവുതന്നെ മറക്കുന്നപോലെ
തെളിവുകൾ ഇല്ലാത്തപോലെ.

കിണറ്റിൽ
യേശുവിനുംമുമ്പേ പിറന്ന ഇരുട്ടിൽ
തല കീഴായി കിടന്ന്!
അവൾ വിലപിച്ചതും
"നീ എന്തേ എന്നെ കൈവെടിഞ്ഞു" എന്നാകണം.
സിനിമയിൽ എന്നപോലെ ഒരു സംഗീതംകൊണ്ട്
ആ ഒച്ചയെ, അവളെ, പിന്നെ മൂടിയുമിരിക്കണം.

അങ്ങനെ കുറെ സിനിമകളുണ്ട്
യേശുവിനെപ്പറ്റി... ■

ആദ്യമായി ഞാൻ വെള്ളത്തിൽ മുങ്ങിക്കിടക്കുന്ന ഭൂമി കണ്ടു

(അജയ് പി. മങ്ങാട്ടിന്)

എല്ലാവരും പറക്കാൻ വന്നു നിന്നു.
ഞാനും.

(കൈകൾ ചിറകുകളായി.)

വായിലെ കാറ്റ് ഞാൻ പുറത്തേക്ക് ഊതി.
കണ്ണുകൾക്ക് മുമ്പിൽ ഭൂമി
ഒരു തവണ വട്ടം ചുറ്റി പുറത്തെ
മൈതാനത്തിൽ പോയി വീണു.

ഒരു ആൺകുട്ടിയെങ്കിലും അപ്പുറത്ത്
ഇപ്പോൾ പ്രത്യക്ഷപ്പെടുമെന്ന് കരുതി
അവന്റെ കാലുകൾക്കിടയിൽ
അടുത്ത ഉന്നതത്തിലേക്ക് തെന്നുന്ന ഒരു പന്ത്
വിശ്രമിക്കുന്നുണ്ടാകുമെന്നു കരുതി.

(പെൺകുട്ടിയാണെങ്കിൽ
തീർച്ചയായും അവളുടെ കൈകളിൽ
ഒരു പന്ത് പോലെ ഭൂമിയുണ്ടാകും.)

മൈതാനങ്ങളെപ്പറ്റി അങ്ങനെ എന്തെല്ലാം തോന്നി!

ഒരു സമയം ഭൂമിക്ക് തൊട്ടുതാഴെ കിടക്കുന്ന കപ്പൽ കണ്ടു.
ചില നിലവിളികൾ അതേപോലെ പുറത്തേക്ക് നോക്കുന്നത് കണ്ടു.
ഒരു കുതിരയുടെ ഓട്ടം, അതേപോലെ,
അതേ ആംഗ്യത്തിൽ ഒട്ടി നിൽക്കുന്നത് കണ്ടു.

(എല്ലാവരും പറന്നു)

(ഞാൻ പറന്നു.)

ഞങ്ങൾ ഉപേക്ഷിച്ച ദൂരം എന്റെ വായിൽ വറ്റി.
ഞങ്ങൾ ഉപേക്ഷിച്ച ദൂരം അവിടെത്തന്നെ നിന്ന്
എന്നെ നോക്കി.

(എല്ലാവരും പറന്നു)

(ഞാൻ പറന്നു.)

മറവിയിലേക്ക്,
ഒരു കിടങ്ങിലേക്കെന്നപോലെ
ഇറങ്ങി നിന്ന ഓർമ
ഒരിക്കൽകൂടി കൈ വീശി കാണിച്ചു,
പിന്നെ മാഞ്ഞു.

ആദ്യമായി ഞാൻ
വെള്ളത്തിൽ മുങ്ങിക്കിടക്കുന്ന ഭൂമി കണ്ടു. ■

പാപം

വീട്ടിലേക്ക് വരുകയായിരുന്നു
വഴിയിൽ വെച്ച് പുണ്യതിരുമേനിയെ കണ്ടു:
നിർഭാഗ്യങ്ങൾ ദാനം ചെയ്തോ
ദുഃഖം കണ്ടു കണ്ടോ
മെഴുക് പോലെരിഞ്ഞ ആൾ തന്നെ.

ഈ വഴി പോയാൽ
ആ വഴി എത്തുമോ എന്ന്
പുണ്യതിരുമേനി ചോദിച്ചു.

റോഡ് മുറിച്ചുകടക്കാൻ കാത്തുനിൽക്കുന്ന
പത്തറനൂറു പേരെ, അങ്ങനെ
ആരുമില്ലാതിരുന്നിട്ടും കണ്ടു.
വീട്ടിലെ കുളിമുറിയുടെ ചുമരിൽ ഒരു പല്ലി
നിലത്തെ ഈർപ്പത്തിലേക്ക്
നോക്കിയിരിക്കുന്നപോലെ ഒരാൾ, ഒരു ജന്തു,
ഉള്ളിലിരുന്ന് എന്നെ നോക്കി.

പുണ്യതിരുമേനിയോട് വഴി തെറ്റിച്ചു പറഞ്ഞു.
വാക്കുകൾകൊണ്ട് വഴി തെറ്റിക്കുന്ന വിദ്യ
പിന്നെയും കണ്ടുപിടിച്ചു.

എനിക്ക് തെറ്റി അല്ലെ -
തിരുമേനി തെറ്റായ വഴിയിലേക്ക് നടന്നു.
പിറകെ അങ്ങോരുടെ ഷൂസിന്റെ ഒച്ച,
കൂടെ വന്ന കാറ്റും - പോയി.

വീട്ടിലെത്തി വാതിൽ തുറക്കുമ്പോൾ
പാപം ചെയ്തുവല്ലേ എന്ന് ചിരിക്കുന്ന
രണ്ടുപേരുണ്ടാവും, ഒരാണും ഒരു പെണ്ണും.

(പാമ്പിനെപ്പോലെ കിടക്കുന്ന ഒരു വരി
ഇതിലുമുണ്ട്, കണ്ടുപിടിക്കുമോ?)

എങ്കിലും ഇഷ്ടം തോന്നി,
ഇതുവരെയും കാണാത്ത രണ്ടു പേർ,
ഒരാണും ഒരു പെണ്ണും.

വീട്ടിലേക്കു നടക്കുമ്പോൾ
പുണ്യതിരുമേനിയെ ഏഴു തവണ ഓർത്തു. ■

അച്ഛനെ ഓർക്കേണ്ട എന്നുവെച്ചു

വെയിൽ കൊണ്ട് നടക്കുമ്പോൾ
അച്ഛനെ ഓർമ വന്നു.
മരിച്ചതിനുശേഷം കണ്ടിട്ടില്ല.

ഒരു ബസ്സിൽ കാല്പന്തുമായി ഞാൻ കയറി,
കൂടെ അച്ഛനും കയറി -
അങ്ങനെ കണ്ടതുപോലെ തോന്നിയതൊഴിച്ചാൽ
അച്ഛനെ ഓർക്കേണ്ട എന്നുവെച്ചു.

വയസ്സിനു മൂത്ത സ്ത്രീ അവളുടെ
അടിയുടുപ്പുകൾ ധരിക്കുന്നതിനും മുമ്പ്
ഉടലിൽ മണം പുരട്ടുന്നതുപോലെ
വെയിൽ മണം പൊഴിച്ചു.
തെരുവുകളും പ്രായമായത് അതേപോലെ ഉടൽ കണ്ടും
ഇതേപോലെ മണം പൊഴിച്ചുമാകണം :
ഒരിക്കൽ അപ്രത്യക്ഷമായ പട്ടണങ്ങൾ
ഭൂമിക്കടിയിൽ നിന്നും പിന്നീട്
പൊന്തി വരുന്നതും ഇങ്ങനെ
മണം പൊഴിച്ചുതന്നെയാകണം.

ഞാൻ കാപ്പിക്കടയിലേക്ക് കയറി,
ഒരു ബഞ്ചിൽ ഇരുന്നു.
കടയിലെ ചെറുക്കൻ
ടെലിവിഷനിൽ നോക്കുന്നത് നിർത്തി
എന്നെ നോക്കി. ഒരു വിരൽ ഉയർത്തി 'ഒന്ന്'
എന്ന് ഞാൻ ആംഗ്യം കാണിച്ചു.

തൊട്ടു പിറകെ തണുപ്പ്,
ഒരു മൈതാനം പോലെ വളഞ്ഞു.
അച്ഛൻ മരിച്ച വയസ്സ് ഓർമ്മ വന്നു.

കരയിൽ മറന്നു വെച്ചതെന്തോ ഓർത്ത്
കടലിനടിയിൽ നിന്നും കരയിലേക്ക്
തിരിച്ചു തുഴയുന്ന നീന്തൽക്കാരൻ - അങ്ങനെ ഒരാളെ
കണ്ടതുപോലെ തോന്നിയതൊഴിച്ചാൽ
അച്ഛനെ ഓർക്കേണ്ട എന്നുവെച്ചു. ■

ഈയൊരു സ്വപ്നത്തിൽ മാത്രമേ ഇങ്ങനെ ഞാൻ നിൽക്കുന്നുമുള്ളൂ...

കടൽ നനച്ചെടുത്തപോലെ നിന്റെ കാലടികൾ,
വെളുത്ത്, പത്ത് ഇതളുകൾ ഉള്ള ഒരു പൂവ്,
അല്ലെങ്കിൽ, അങ്ങനെ തോന്നി,
നീ ഇങ്ങനെ കിടക്കുന്നത് കണ്ടപ്പോൾ.
നിന്റെ കാലുകൾ കണ്ടപ്പോൾ.

ഈയൊരു സ്വപ്നത്തിൽ മാത്രമേ
ഇങ്ങനെ നീ കിടക്കുന്നുള്ളൂ.

അല്ലെങ്കിൽ വേറെ ഏതോ രാജ്യത്തെ
പത്തോ പന്ത്രണ്ടോ നിലയുള്ള ഒരു കെട്ടിടത്തിൽ
നാലാം നിലയിലോ മൂന്നാം നിലയിലോ ഉള്ള
ഒരു ഫ്ളാറ്റിലേക്ക് നീ ഇപ്പോൾ ലിഫ്റ്റിൽ പോകുന്നു.
കൈകൾ മാറിൽ പിണച്ചു വെച്ച്,
ഒന്നും ഓർക്കാൻ ഇല്ലാതെ,
അല്ലെങ്കിൽ തോൾ സഞ്ചിയിൽ തൂവാലയ്ക്കൊപ്പമിരിക്കുന്ന
വീടിന്റെ ചാവി ഓർത്ത് - അങ്ങനെ.

പത്ത് ഇതളുകൾ പോലെ തന്നെയോ നിന്റെ കാലടികൾ -
അപ്പോഴും - കാണാൻ പറ്റില്ല.

കുത്തനെ മേല്പോട്ട് ഉയരുന്ന
അതേ ഇടനാഴിയിൽ
നിന്നെ കാണാതായി.

ഞാൻ കൂട്ടുകാരികളുടെ മുഖങ്ങൾ ഓർത്തു.
നിന്നെപ്പറ്റി ഒരു കഥ എഴുതുമെന്നു വിചാരിച്ചു.
കഥയിൽ ഒരു സമയം നീ, “അടുക്കളത്തോട്ടത്തിൽ
നനഞ്ഞ ഇടം നോക്കി പൂച്ച അന്നും കിടന്നു”
എന്നു പറയുന്ന ഒരു വാചകം ഉണ്ടാകുമെന്ന് ഓർത്തു.

മരിച്ചവരുടെ പ്രണയമത്രെ നീണ്ടുനിൽക്കുക.
നരകത്തിന്റെ ദയ പോലെ, ആണ്ട് കിടക്കുന്ന ഒരു നേരം
എന്നെയോ നിന്നെയോ ഒരിക്കലും കാണിക്കാതെ
എന്നെയും നിന്നെയും പുണർന്ന് -
നീണ്ടുനിൽക്കട്ടെ അത്.

പക്ഷേ നോക്കൂ,
ഈയൊരു സ്വപ്നത്തിൽ മാത്രമേ ഇങ്ങനെ
നീ കിടക്കുന്നുള്ളൂ...
ഈയൊരു സ്വപ്നത്തിൽ മാത്രമേ
കടൽ നനച്ചപോലെ ഇങ്ങനെ
ഞാൻ നിൽക്കുന്നുമുള്ളൂ... ■

ഗെയ്
(Gay)

പോപ്പ് കാണുന്ന ഒരു പേടിസ്വപ്നത്തിലോ
സത്യസന്ധനായ പോലീസുകാരന്റെ വിപത്തിലോ ആകാം[1]
ഒരു ഇരുണ്ട സ്ഥലത്ത് വെച്ച്, ഒരിക്കൽ,
രണ്ട് ആണുങ്ങൾ പ്രേമിച്ചു:
സാധാരണ രണ്ട് ആണുങ്ങൾ ചെയ്യുന്നപോലെത്തന്നെ.
പിന്നെ അവർ പോയി.
മറന്നു.
നിലാവിനുമേൽ കരിമ്പടം പോലെ വന്നു വീണ
ഒരു കാറ്റിലെന്നപോലെ അതും കെട്ടു.
പിന്നീടാണ് വളരെ പിന്നീടാണ് അവരെ
ഞാൻ പരിചയപ്പെട്ടത്.
ഞങ്ങൾ മൂന്ന് പേർ.
ഹോട്ടലിലെ പരിചാരകൻ ചോദിച്ചു:
എന്താണ് എടുക്കേണ്ടത്?
ഞാൻ ചായ പറഞ്ഞു. അവരിലൊരാൾ കാപ്പി പറഞ്ഞു.
മറ്റേ ആൾ ചായ മതി എന്ന് പറഞ്ഞു. പിന്നെ തിരുത്തി
എനിക്കും കാപ്പി മതി എന്ന് പറഞ്ഞു.
സുന്ദരിയായ നർത്തകിയെ പറ്റിയുള്ള ഒരാളുടെ ഓർമ
അയാൾ മരിച്ചു കഴിഞ്ഞാലും ഉണ്ടാകുമെന്നോ മറ്റോ
അവരിൽ ഒരാൾ പ്രണയത്തെയോ
നൃത്തത്തെയോ വാഴ്ത്തി പറഞ്ഞു.
മറ്റേ ആൾ മറ്റേ ആളെ നോക്കി
രണ്ടുപേരും പ്രണയത്തെയോ നൃത്തത്തെയോ പറ്റി പറയുകയും
ഓർത്തു കരയുകയും ചെയ്യുമെന്ന് തോന്നി.
ഞാൻ പറഞ്ഞു: ഇന്നലെ ഞാൻ പോപ്പിനെ സ്വപ്നം കണ്ടു

1. Woes of thet rue policeman (Roberto Bolano)

രണ്ടു പേരും എന്നെ നോക്കി
രണ്ടു പേരുടെയും കണ്ണുകളിൽ
ഏതോ മുദ്ര കാണിക്കുന്ന എന്നെ കണ്ടു.
ഞാൻ പറഞ്ഞു :
"ഇന്നലെ ഞാൻ പോപ്പിനെ സ്വപ്നം കണ്ടു
കുറെ ആണുങ്ങൾ തങ്ങളുടെ പുണ്യാളനെയും കൊണ്ട്
നഗരം ചുറ്റുന്നു"
"കുരിശ്ശുയാത്ര പോലെയോ?"
ഈ കവിതയിലും മുമ്പ് വായിച്ചപോലൊരു ബിംബം
ഇതാ വന്നു എന്ന് തീർച്ചയായി
ഞാൻ പറഞ്ഞു: അവരുടെ കൈകളിൽ അങ്ങനെ
താമരയിതളുകളിൽ ഇരിക്കുന്നപോലെയിരുന്ന്
തലേന്ന് രാത്രിയിൽ എഴുതിയ ഇടയലേഖനം പോപ്പ്
വിതരണം ചെയ്തു.
ആൾക്കൂട്ടത്തിനു മീതെ, പ്രാവുകൾ പോലെ കുറുകുന്ന
വെള്ളക്കടലാസുകൾ കാണാൻ
ഞങ്ങൾ മൂന്ന് പേരും ജനാലക്കലേക്ക് ഓടി
അവരിൽ ഒരാൾ പതുക്കെ കരയാൻ തുടങ്ങി
പക്ഷിപോലെയോ മൃഗം പോലെയോ
അത് അതിന്റെ ഇണയെ ഓർക്കുകയാകും, ഞാൻ വിചാരിച്ചു
ഹോട്ടലിലെ എല്ലാവരും ജനാലയ്ക്കരികിൽ വന്നു
എല്ലാവരും പുറത്തേക്കു നോക്കി
മരങ്ങൾ ഉണ്ടായിരുന്നു, മേഘങ്ങളും.
പാവം പോപ്പ്! താമരയിതളുകളിലെന്നപോലെത്തന്നെ
അതേ കൈകളിൽ തലേ രാത്രിയിലേക്കു നോക്കി
ചെരിഞ്ഞു കിടക്കുന്നുമുണ്ടായിരുന്നു. ■

തല

പൂക്കൾ വിൽക്കാനിരുന്ന
പെണ്ണുങ്ങൾക്ക് മുമ്പിലൂടെ നടന്നപ്പോൾ
ഞാനെന്റെ തല, തൊടാതെ, പൂക്കൾ വീഴാത്ത
നിലം പോലെ ഓർമിച്ചു.

ഒരുവൾ കൈയിലെ കണ്ണാടിയിൽ നോക്കി
നെറ്റിയിൽ പൊട്ട് ചാർത്തുകയായിരുന്നു
ഒരുവൾ പൂക്കളെ വെള്ളം തളിച്ച് ഉണർത്തുകയായിരുന്നു

ഒരിക്കൽ നിന്റെ തലയിലും ഒരു പർവ്വതമുണ്ടായിരുന്നു,
ഞാനെന്റെ തലയോട് പറഞ്ഞു:
ഒരു രഹസ്യവെള്ളച്ചാട്ടമുണ്ടായിരുന്നു
കാടുണ്ടായിരുന്നു
ആനകളായി വേഷം മാറി
ആണും പെണ്ണുമായി
കളിച്ചിരുന്നു.

ഋതുക്കൾ എല്ലാം തെറ്റാതെ തൊട്ടു.
ഒരിക്കൽ ഒരു ഏറും കൊണ്ടിട്ടുണ്ട്.

തലയിൽ ഒരു മിന്നൽ,
ഇരുട്ടിലെ കിടങ്ങുപോലൊന്ന്, തിളങ്ങി.

ഓർത്തുവല്ലോ, ഞാൻ പറഞ്ഞു : അതുമതി

ഭാര്യക്ക് പൂ വാങ്ങിക്ക്, ഒരു പെണ്ണ് വിളിച്ചു:
മകളാണോ മകനാണോ ഉള്ളത്?
അവളുടെ കൈകളിൽ നിന്ന്
വെള്ളച്ചാട്ടം പോലെ
പൂക്കൾ താഴോട്ടോഴുകി

രണ്ടു പെണ്മക്കൾ, ഞാൻ പറഞ്ഞു.
അവളുടെ കൈകളിലെ വെള്ളച്ചാട്ടം
എന്റെ ഉള്ളംകൈയിൽ നിറഞ്ഞു.

തലയിൽ ഒളിപ്പിച്ചുവെച്ച നീർച്ചാൽ
ഒരു ചേലപോലെ ഇപ്പോഴും ഓർത്തു.

പൊട്ടുകുത്തിക്കഴിഞ്ഞ പെണ്ണ് കണ്ണാടി താഴ്ത്തി ചിരിച്ചു.
പിറകിലേക്ക് ഒരു തവണ ആടി കാണിച്ചു.
നീയായിരുന്നുവെന്ന് ഞാനോ അവളോ
ചെവിയിൽ പറഞ്ഞു. ■

ഫ്ളോറൻഡിനോ അരിസാ

ഞങ്ങൾ മരിച്ചവരെ പറ്റി പറഞ്ഞുകൊണ്ടിരുന്നു.
ഞാനും അവളും.

ഞാൻ ഒരു പ്രഭുവിനെ പറ്റി പറഞ്ഞു.

എന്റെ അമ്മയുടെ അമ്മയുടെ അമ്മയുടെ അച്ഛനായിരുന്നു
വെളുത്ത കുതിരയെ പൂട്ടിയ ഒരു വണ്ടി
എപ്പോഴും അയാൾക്കു വേണ്ടി
മുറ്റത്ത് കിടന്നിരുന്നു എന്നു പറഞ്ഞു.
കുതിര എപ്പോഴും സൂര്യനു നേരെ നോക്കി നിന്നു.
ഞാൻ പറഞ്ഞ നുണയിൽ
കുതിരയും പ്രഭുവും പുറപ്പെട്ടുപോയി.

അവൾ അവളുടെ ഭർത്താവിനെ പറ്റി പറഞ്ഞു.
അയാൾ മരിക്കുമ്പോൾ
അവൾക്ക് ഇരുപത്തിയൊന്നു വയസ്സാണ്
അന്ന് പുലർച്ചെ അവൾക്ക് ആർത്തവം ഉണ്ടായി,
അന്ന് ഉച്ചയുറക്കത്തിൽ അയാൾ മരിച്ചു.

"ഞാനല്ല, ഞങ്ങളുടെ തത്തയാണ് ആ മരണം ആദ്യം കണ്ടത്,
തത്ത അത് പിന്നെ പാട്ടാക്കി"

ഞങ്ങൾ ബസ്സിൽ യാത്ര ചെയ്യുകയായിരുന്നു
ഞാനും അവളും.

എല്ലാ ദിവസവും പുലർച്ചെ
അഞ്ചിനും അഞ്ചരയ്ക്കുമിടയ്ക്ക്
വീട്ടുവാതിലിൽ വന്നു വീഴുന്ന
പത്രത്തിന്റെ ഒച്ച കേട്ട് ഞെട്ടാറുള്ളത്
ഒരു സമയം ഓർമ്മ വന്നതൊഴിച്ചാൽ
അവൾ പറയുന്നത് ഞാൻ ശ്രദ്ധിച്ചു കേട്ടു.

ഞാൻ പറഞ്ഞ പ്രഭുവിന്റെ കഥ
അവൾ കേട്ടിരിക്കാനിടിയില്ല.
നുണ, ചിറകു മുളക്കുമ്പോഴേക്കും പറക്കാൻ മറക്കും.

ബസ്സിന്റെ ജനാലയിലൂടെ കാറ്റ് വന്നു.
എവിടെയോ കടലിന്റെ അടിത്തട്ടിൽ കിടക്കുന്ന
ഒരു മൂർത്തിയുടെ ഓർമ്മ അതുകൊണ്ടുവന്നു.
അല്ലെങ്കിൽ കടലിന്റെ അടിത്തട്ടിൽ
ഉപേക്ഷിക്കപ്പെട്ട നിധിയുടെ മണം.

ബസ്സിന്റെ ജനാലയിലൂടെ കാറ്റ് വന്നു.
ഞങ്ങൾ ജനാലയിലൂടെ
പിറകോട്ട് ഓടുന്ന ലോകം നോക്കി ഇരുന്നു
ഞാനും അവളും.
ഭൂമിയുടെ ഭാവിയെ പറ്റി
കഠിനമായി ആലോചിക്കുന്ന രണ്ടു സന്ന്യാസികൾ
അല്ലെങ്കിൽ ആ ദിവസങ്ങളിൽ വിവാഹിതരായവരെപ്പോലെ.

ഇത് ഞാൻ അവളോട് പറഞ്ഞു.
അവൾ ചിരിച്ചു: "ശരിയാണ്"
"സന്ന്യാസികളും വിവാഹിതരും"

കടലിനടിയിൽ ഉപേക്ഷിക്കപ്പെട്ട നിധി
ഒരടി മുകളിലേക്ക് വന്നു
മാനത്ത് ആ ദിവസത്തെ
ആദ്യത്തെ പക്ഷി വന്നു.

അവളറിയാതെ അവളുടെ ചെവിയിൽ
എന്റെ ചുണ്ടുകൾകൊണ്ട് തൊട്ടു
നിശ്ചലമാകുന്ന യന്ത്രങ്ങളെ പറ്റിയോ
അച്ചുതണ്ടിൽ നിന്നും തെറിക്കുന്ന
ഭൂമിയെ പറ്റിയോ ആയിരിക്കും
ഇനി പറയുക.
അവൾ ചോദിച്ചു :
ഞാൻ നിന്നെ പ്രണയിക്കുന്നില്ല എന്ന് നിനക്കറിയുമോ?
ഞാൻ പറഞ്ഞു :
അറിയാം

ചുണ്ടുകൾ നനച്ച ചെവിയുടെ അതിർത്തിയിലൂടെ
അവളുടെ മണം എന്റെ മുഖത്തേക്ക് ശ്വാസം പോലെ പടർന്നു.

രഹസ്യമായി പ്രണയിക്കുന്ന രണ്ടു പേരുടെ നിഴലുകൾ
ഉടലുകൾ മറച്ചുപിടിക്കുന്നത് കണ്ടു.
അവൾ എന്നോട് പറഞ്ഞു: നീ എന്നെ കണ്ടതല്ലേ,
ഇരുപത്തിയൊന്നാമത്തെ വയസ്സിലും ഇപ്പോൾ ഇതാ
എഴുപത്തിയൊന്നാമത്തെ വയസ്സിലും ഞാൻ മരിച്ചത്?

ഞാൻ അവളുടെ വായ പൊത്തി.

മരണത്തിന്റെയോ ഓർമ്മയുടെയൊ ഒരു തുണ്ടു മാംസം
എന്റെ കൈയിൽ പെട്ടു, ആദ്യം മിടിച്ചു
പിന്നെ നിശ്ചലമായി.

പേടിപ്പിക്കുന്ന കഥയിലെന്ന പോലെ അവളുടെ വായ
ഒരു മൺകൂനപോലെ എന്റെ ഉള്ളംകൈകളിലേക്ക് ഇതാ
അടർന്നുവീണു എന്ന് വിചാരിച്ചു,
മരണമോ ഓർമയോ പോലെ.

അങ്ങനെ വിചാരിച്ചതുതന്നെയായിരുന്നു അവസാനവും.
സ്വപ്നങ്ങളിൽ ഭൂകമ്പം വിതയ്ക്കുന്ന നഷ്ടം പോലെ
ചിതറിയ ഒരു യാത്ര.

ആദ്യം അവളും പിറകിൽ ഞാനും ബസ്സിൽനിന്ന് ഇറങ്ങി
ഞങ്ങൾ വഴിയരികിലൂടെ നടന്നു. ഞാനും അവളും.
രണ്ടു സന്ന്യാസികളെ പോലെ,
അപ്പോൾ വിവാഹിതരായവരെ പോലെ.

ഇത് ഞാൻ അവളോട് പറഞ്ഞു.
അവൾ ചിരിച്ചു.

നിലത്ത് പറക്കുന്ന ഒരു നിഴൽ ഞാൻ കണ്ടു.

ഫ്ളോറൻഡിനോ അരിസാ* ■

* Florentino Arizo - Love in the Time of Choleraയിലെ കാമുകൻ

കവിയാകുമെന്നു വിചാരിച്ചതല്ല

കവിയാകുമെന്നു വിചാരിച്ചതല്ല.
വീട്ടിലെ
കോണിച്ചോട്ടിലിരുന്ന്
കണ്ണുകളടച്ച്
ശപിക്കാൻ
ഒച്ച തേടിപ്പിടിച്ച
പൂച്ചയെ
കണ്ടിട്ടുള്ളതൊഴിച്ചാൽ
കവികളെയും
പരിചയമില്ല.
പതാകകൾ വിൽക്കുന്ന
കടയിലേക്ക് വീശുന്ന
അതേ കാറ്റ്!
വൃക്ഷങ്ങൾ
പഴയ മട്ടിൽ
നിഴലുകൾ വിരിച്ച
അതേ കാലം!
ദൈവം തല നീട്ടിക്കണ്ട
അതേ പകൽ!
നോഹയുടെ ജന്തുസാമ്രാജ്യത്തിലെ
ഒരേയൊരു പുരുഷനെപ്പോലെ ഞാൻ!

കവിയാകുമെന്നു വിചാരിച്ചതല്ല. ■

21 കവിതകളുടെ ഒരു പുസ്തകവും 33 വയസ്സും

കിഴക്കോട്ടു പോകുന്ന ബസ്സ്
ബസ്സിന്റെ മുകളിൽ
വടക്കോട്ട് നോക്കിയിരുന്ന്
മുടി കോതുന്നു, അവൾ.

സ്വപ്നം കവിതയ്ക്കും നന്നല്ല.

എങ്കിലും അവളെ ഉണർത്തി
കാണിക്കാൻ തോന്നി ഈ യാത്ര

കണ്ണിൽ നിന്നും മറയുന്നതിനും മുമ്പേ. ■

അടഞ്ഞു കിടന്ന റെയിൽവേ ഗേറ്റിൽ പലതും ഓർത്ത്

സർക്കാരിന്റെ ചുമതലയിലുള്ള സത്രങ്ങളിൽ
അന്തിയുറങ്ങുന്ന കവികളെ സ്വപ്നം കണ്ടു,
ഇന്നലെ.

എല്ലാവരും മരിച്ചവർ.

എല്ലാവരും പുലരും മുമ്പേ ഉണർന്നിരുന്നു
ജനാല തുറന്ന് കിഴക്കോട്ട് നോക്കി നിന്നിരുന്നു
ഞാൻ വിചാരിച്ചു, ഇനിയാണ് കവിത എന്ന്.

പക്ഷികൾ പറക്കുന്നത് കാണുമെന്നോ
പക്ഷികൾ ചിലയ്ക്കുന്നത് കേൾക്കുമെന്നോ
തോന്നുന്നപോലെ.

എന്നാൽ, സത്രത്തിന്റെ ഗേറ്റ് തുറന്ന്,
പടികൾ കയറി വരുന്ന തൂപ്പുകാരിയുടെ കാലൊച്ച
എല്ലാം മായ്ച്ചു:
കവികളെ. മരിച്ചവരെ.
നീട്ടാവുന്ന ആ സ്വപ്നവും. ■

ചെകുത്താനും കടലിനുമിടയിൽ

കടലിലെ നിലാവിൽ
ഒരു വഞ്ചി മുങ്ങുകയും പൊന്തുകയും
ചെയ്യുന്നുണ്ടായിരുന്നു.

പകൽ മുഴുവൻ അവിടെ അലഞ്ഞത് ഞാൻ ഓർത്തു
തിരകൾക്കു മീതെ പറന്ന പക്ഷികളെ
എണ്ണിക്കൊണ്ടിരുന്നതും ഓർത്തു.

“ഇതേപോലെ മറ്റൊരു രാത്രിയിലാണ്
നിന്നെ ആദ്യം കണ്ടത്”,
ചെകുത്താൻ എന്നെനോക്കി പറഞ്ഞു:
“ഇതേ സ്ഥലത്ത്”. അതിനെ പൂ മണത്തു.
അതിന്റെ ഉടലിലും അതേ നിലാവ്
അതേ കടൽ കാണിച്ചു.

എന്റെ നിശ്ശബ്ദതയ്ക്കൊപ്പം
എന്റെ സങ്കടവും എന്നെ വട്ടമിട്ടു.
ടെറസിലേക്ക് വന്ന വെളിച്ചത്തിൽ ശലഭങ്ങൾ വന്നു.
എനിക്ക് ചുറ്റും പട്ടണം തുള്ളികളായി
വറ്റിക്കൊണ്ടിരുന്നു.

ചെകുത്താൻ എന്റെ കൈ പിടിച്ചു
എന്റെ നെറുകിൽ ഊതി
“ഒന്നും ഓർമിക്കണ്ട” എന്ന് പറഞ്ഞു.
അപ്പോഴും അതിനെ പൂ മണത്തു
എന്റെ ദുഃഖമോ അതിനേക്കാൾ എന്റെ ഏകാന്തതയോ
തലേന്നത്തെ ചപ്പിലകൾപോലെ എന്നെ വിട്ട്
പറന്നുപോയി.

“ഇപ്പോൾ വിശ്വാസമായില്ലേ?” ചെകുത്താൻ ചോദിച്ചു.
ഞാൻ അതിനെ നോക്കി ചിരിച്ചു.

പടികൾ ഇറങ്ങി ഞാനെന്റെ വീട്ടിൽ വന്നു.
ഇരിപ്പുമുറിയിലെ ചുമരിൽ
അതേ കടലും അതേ വഞ്ചിയും
അതേ നിലാവും കണ്ടു.
പകൽ മുഴുവൻ അവിടെ അലഞ്ഞത് ഞാൻ ഓർത്തു
തിരകൾക്കു മീതെ പറന്ന പക്ഷികളെ
എണ്ണിക്കൊണ്ടിരുന്നതും ഓർത്തു.

പിന്നെ ചൂളം കുത്തി പടികൾ ഇറങ്ങുന്ന
ചെകുത്താനെ കേട്ടു.
പൂവോ നിലാവോ പോലെ എന്തോ
എന്നെയും മണക്കാൻ തുടങ്ങി. ■

സ്മാരകം

വെള്ളത്തിൽ താണു കിടക്കുമ്പോൾ
കായലിൽ മുങ്ങി മരിച്ച കവിയെ ഓർമ വന്നു.

തൊട്ടുമുമ്പേ കണ്ട ആകാശം,
അതിവേഗം പറന്നുപോയ പക്ഷി
പിറകെ വന്ന ഇരുട്ടും ഇപ്പോൾ
കാലിനടിയിലും ഉണ്ടായിരുന്നു.

കരയിൽ അക്ഷരങ്ങൾ എഴുതിക്കളിച്ചിരുന്ന കുട്ടികൾ
അതേ അക്ഷരങ്ങൾ വിളിച്ചു പറയുന്നുണ്ടായിരുന്നു.

കായലിനു മീതെ വെള്ളത്തിനടിയിൽ നിന്നും
ഉയർന്ന പോലെ
ഒരിക്കൽ മറന്നുപോയ ക്രൂരതയുടെ
കൂർപ്പിൽ നിന്നെന്നപോലെ, അകലെ
ഒരു ബോട്ട് വെള്ളത്തിനടിയിലും കണ്ടു.
അതിന്റെ ഒച്ച കേട്ടു.
അതിന്റെ പുക വരച്ച രൂപം
മാനത്തേക്ക് തല നീട്ടുന്നത് കണ്ടു.

ബോട്ടിൽ കവി ഇരുന്നു.
വീർത്ത കവിളുകളും നെറ്റിയിലേക്ക് വീണ മുടിയുമായി.

കവികൾ ഇരിക്കുന്നപോലെത്തന്നെ.

മുങ്ങി വീർത്തൊരു ജഡം
കണ്ണോ വായോ തുറന്ന പോലെ, ഇപ്പോൾ
വെള്ളത്തിൽ പോളകൾ പൊന്തി
കാലിനടിയിലെ ആകാശം, പക്ഷി, ഇരുട്ട്
പൊള്ളിച്ച പോലെ തൊട്ടു.

ശ്വാസം മുട്ടി. മുകളിലേക്ക് നീന്തി.

മീനുകൾ പിറകെ പറന്നു.

കരയ്ക്കടിപ്പിക്കാൻ കുട്ടികൾ ഓടി വന്നു.
പുക വരച്ച രൂപത്തിൽ, ഒച്ചയില്ലാതെ,
ആംഗ്യത്തിൽ. ■

കായൽത്തീരത്ത്, കുറെ വർഷങ്ങൾക്കു മുമ്പ്

നിനക്ക് കുമാരനാശാനെ ഇഷ്ടമാണോ -
അവൾ ചോദിച്ചു.

കവി മുങ്ങി മരിച്ച കായലിന്റെ തീരത്ത് ഇരിക്കുമ്പോൾ.

ഒരു വൈകുന്നേരം. പക്ഷികളുടെ നിഴലുകളാണ്
വെള്ളത്തിൽ മുങ്ങുന്നതും ചിലപ്പോൾ
കാണാതാവുന്നതും ചിലപ്പോൾ
വെള്ളത്തിൽനിന്നുതന്നെ
പറന്നുപൊങ്ങുന്നതും എന്നു തോന്നി.

കായലിനു മീതെ പക്ഷേ ഒരു പരുന്ത് മാത്രം വട്ടമിട്ടു.

ആ കാലത്തെ വേറെയും കവികളെ ഞങ്ങൾ ഓർത്തു.
അതിനിടയ്ക്ക് എപ്പോഴോ ആണ്
പക്ഷികളെയും നിഴലുകളെയും പറ്റി എനിക്ക്
ചിലത് തോന്നിയത്.

എനിക്ക് പക്ഷേ ആ മരണം ഇപ്പോഴും ദുഃഖം തരുന്നു
ഞാൻ അവളോട് പറഞ്ഞു.

ഏതോ ജീവിയുടെ ഉടൽ പോലെ കണ്ട കടലാസ് ചുരുളുമായി
മീനുകളുടെ ഒരു കൂട്ടം വെള്ളത്തിന്റെ അടിയിലേക്ക് നീന്തി

അല്ലെങ്കിൽ, അങ്ങനെ കണ്ടപോലെ തോന്നി .

കായലിന്റെ മീതെ പക്ഷിയുടെ നിഴൽ
ഇപ്പോൾ അനങ്ങാതെ നിന്നു.

അവൾക്കും ആ മരണം ഇഷ്ടമായില്ല എന്നു തോന്നി.
അവൾ പക്ഷേ ഒന്നും പറഞ്ഞില്ല.

എനിക്ക് അപ്പോൾ പത്തൊമ്പത് വയസ്സാണ്.
അവൾക്ക് എന്നേക്കാൾ മൂന്നോ നാലോ മാസം കൂടും
ഞാൻ കവിതകൾ ഒന്നും എഴുതിയിട്ടില്ല.
അവൾ പക്ഷേ കവിതകൾ എഴുതിയിരുന്നു
ഒന്നും നന്നായില്ല എന്ന് വിശ്വസിച്ചിരുന്നു.

അതെല്ലാം ഞാൻ അപ്പോഴും ഓർത്തു.
ഇതേപോലെ.

ഏതോ അതിർത്തിയിൽ വന്നു നിൽക്കുന്ന
വീട്ടുമൃഗത്തിന്റെ അപരിചിതത്വം പോലെ എന്ന്
ഉപമ പറയാൻ തോന്നും ഇപ്പോൾ
ആ വയസ്സ് ഓർക്കുമ്പോൾ.

പിന്നെ ഞങ്ങൾ വേറെയും സന്ദർശകർക്ക് ഒപ്പം
അവിടെയുണ്ടായിരുന്ന ബോട്ടിൽ കയറി.

ബോട്ടിൽ വെച്ച് അവൾ ഒരു കവിത മൂളി.
ഒരുപക്ഷേ കുമാരാനാശന്റെ തന്നെ കവിത
'കരുണ'യോ 'ലീല'യോ 'വീണ പൂവോ' - ഓർമയില്ല.
ഒരു സമയം ഒരു ബുദ്ധഭിക്ഷു വെള്ളത്തിന്റെ
പടികളിറങ്ങി പോകുന്നത് സങ്കല്പിച്ചതൊഴിച്ചാൽ
അത്രയും സമയം കണ്ണുകൾ അടച്ച്, ശ്രദ്ധയോടെ
അവളെ കേൾക്കുകയാണ് എന്ന് നടിച്ചു.

അവൾ നിശ്ശബ്ദയായപ്പോൾ ഞാൻ കണ്ണുകൾ തുറന്നു.
അവൾ എന്നെത്തന്നെ നോക്കി ഇരിക്കുകയായിരുന്നു.
മരിക്കുന്നതിനു തലേന്നും കവിതകൾ എഴുതുന്ന കവികളെ
കാണുന്ന പോലെ എന്നു തോന്നി.

അവൾ എന്നെ നോക്കി ചിരിച്ചു. എന്തോ പറഞ്ഞു.

എന്റെ അരികിൽ വന്ന് ഇരുന്നു.
എന്റെ കൈ പിടിച്ചു.

മരിച്ച ഒരാളെ സമാധാനിപ്പിക്കുന്നപോലെ. ■

തുപ്പിക്കളഞ്ഞാൽ മതി

ഒരാളെ കൊല്ലാൻ അയാളോട്
വൈരം വേണമെന്നില്ല.
അയാളുടെ വീട്ടു വാതിൽക്കൽ ചെല്ലുക, ഒരാൾ
കാണാൻ വന്നിട്ടുണ്ട് എന്ന് പറയുക. അത്രമാത്രം.
വിനയം വേണ്ട. എങ്കിലും വലത്തെ കൈപ്പടം
ഇടത്തേ നെഞ്ചിൽ വെറുതെ വെയ്ക്കുക.

അത്രമാത്രം.

പിറകെ വന്ന കാറ്റോ, തെരുവിലെ
ഒച്ചയോ കാര്യമാക്കണ്ട. ചില പ്രഭാതങ്ങൾ
കൂടെ കൊണ്ടുവരുന്ന ഇരുട്ട് - അതും കാര്യമാക്കണ്ട.
കുറുകെ വന്ന പാൽക്കാരൻ, പത്രക്കാരൻ
അവർ തിരിഞ്ഞു നോക്കി പോകും,
പരിചയം കാണിക്കണ്ട.
വീണ്ടും തിരിഞ്ഞുനോക്കും, കാര്യമാക്കണ്ട,
കയ്യിലെ വാച്ചിൽ വെറുതെ നോക്കിയാൽ മതി :
നമുക്ക് അധികം സമയം ഇല്ല.

പ്രാതൽ നിർത്തി കൈ കഴുകാതെ അയാൾ
വാതിൽക്കൽ വന്നു നിന്നാൽ മതി.
പരിചയമില്ലെങ്കിലും ചിരിച്ചാൽ മതി.

പിറകെ വന്ന കാറ്റോ, തെരുവിലെ
ഒച്ചയോ കാര്യമാക്കണ്ട. കൂടെ വന്ന ഇരുട്ട് -
അതും കാര്യമാക്കണ്ട.

നിറയൊഴിക്കുക. അത്രമാത്രം.

കുഴഞ്ഞു വീഴും ആദ്യം അയാൾ, പിന്നെ
മിത്രങ്ങൾ മാത്രം വന്നു നിന്ന അകലം.
രണ്ടും രണ്ടു മൃഗങ്ങൾ പോലെ.

കഴിഞ്ഞു.
അത്രമാത്രം.

സാരമില്ല, അയാൾ
വായിൽ ചവച്ചുകൊണ്ടിരുന്ന അതേ പ്രാതൽ,
നമ്മുടെയും ചങ്കിൽ കുടുങ്ങി കിടക്കും. അത്രമാത്രം.
ഉച്ചയൂണോ അത്താഴമോ ആകാതെ
ഉച്ചയോ അസ്തമനമോ ആകാതെ.

അത്രമാത്രം. സാരമാക്കണ്ട
തുപ്പിക്കളഞ്ഞാൽ മതി ■

"തിയേറ്റർ"

ആദ്യം നീ നടന്നു വരുന്നു
ആറോ ഏഴോ അടി വെച്ച് നിൽക്കുന്നു.
പിന്നെ കീശയിൽ നിന്നും തോക്കെടുത്ത്
എന്നെ വെടി വെയ്ക്കുന്നു. ഓക്കേ?
ഓക്കെ.
അതിനുമുമ്പുള്ള നിന്റെ സംഭാഷണം
നിനക്ക് ഓർമ്മയുണ്ടല്ലോ?
മ്...
നീ മറന്നു. മടിയൻ.
അത് ഒരു കടലാസ്സിൽ എഴുതി
നീ നിന്റെ ഷർട്ടിന്റെ കീശയിൽ വെയ്ക്ക്
ഇടയ്ക്ക് അതെടുത്ത് വായിക്ക്
ഓക്കേ? ഇതാണ് ആ സംഭാഷണം..
ഓ... ഓർമ വന്നു
എങ്കിൽ പറയ്
"ഇന്ന്! അങ്ങ് മൂന്ന് മിനിട്ട് വൈകി"
അതെ. പക്ഷേ അതിനുമുമ്പ് ഒരു വാക്ക് കൂടിയുണ്ട്.
എനിക്കറിയാം, നീ അത് മറന്നു
സോറി. ഇപ്പോൾ ഓർമ്മ വന്നു.
എങ്കിൽ പറയ്
"മഹാത്മജി".
ഓ, ഓർമ വന്നല്ലോ
അത് ഒരു കടലാസ്സിൽ എഴുതി
നീ നിന്റെ ഷർട്ടിന്റെ കീശയിൽ വെയ്ക്ക്
ഇടക്ക് അതെടുത്ത് വായിക്ക്
ഓക്കേ?
ഓക്കെ.
ആദ്യം നീ നടന്നു വരുന്നു

ആറോ ഏഴോ അടി വെച്ച് നിൽക്കുന്നു.
ഓക്കെ.
പിന്നെ നീ പറയുന്നു :
മഹാത്മജി, ഇന്ന്! അങ്ങ് മൂന്ന് മിനിട്ട് വൈകി..
ഓക്കെ?
ഓക്കെ.
പിന്നെ കീശയിൽ നിന്നും തോക്കെടുത്ത്
നീ എന്നെ വെടി വെയ്ക്കുന്നു. ഓക്കേ?
ഓക്കെ.
എങ്കിൽ ചെല്ല്. സമയം കളയല്ലേ.
ഓക്കെ.
നീ അപ്പോൾ എന്തോ പറയുന്നില്ലേ?
അത് ഞാൻ പറഞ്ഞോളാം. നീ ചെല്ല്. സമയം കളയല്ലേ.
“ഹേ രാം” എന്നല്ലേ?
ചങ്ങാതി, അതെ. ഹേ രാം. അത് ഞാൻ പറഞ്ഞോളാം
ഓക്കെ?
ഓക്കെ.
എങ്കിൽ ചെല്ല്. ഇനിയും സമയം കളയല്ലേ. ■

ലീല

പട്ടണത്തിലെ പാർക്കിൽ ഞാനും ലീലയും ഇരിക്കുമ്പോൾ
ഒരു കൈനോട്ടക്കാരി ഞങ്ങളുടെ അരികിൽ വന്നു.
ഭൂതം ഭാവി വർത്തമാനം പറയാം എന്ന് പറഞ്ഞു.

എനിക്ക് തോന്നി ഞാൻ മരിക്കുന്നത് അവൾ പറയും എന്ന്.

ഒരു മലയുടെ മുകളിൽ നിന്നും താഴേക്ക്
ഞാൻ വീഴുന്നത് കണ്ടു.
കടലിൽ ഒഴുകി പോകുന്നതും.

ഒരിക്കൽ കവിയായിരുന്നതിന്റെ ഓർമ
എന്റെ മനസ്സിൽ പിന്നെയും വന്നുകൊണ്ടിരുന്നു

ലീല എന്നെ നോക്കി.
അവളുടെ തീണ്ടാരി മാറിയ നാളുകളായിരുന്നു.

ഭാവി പറയട്ടെ, കൈനോട്ടക്കാരി ലീലയോട് ചോദിച്ചു.
അവൾ സന്തോഷത്തോടെ കൈ നീട്ടിപ്പിടിച്ചു.
ആദ്യമായി അവൾക്കു നേരെ ഞാൻ കൈ നീട്ടിയത്
എനിക്ക് ഓർമ വന്നു.
അവളുടെ കൈയിലെ രേഖകൾ നീരുറവകൾപോലെ
എന്റെ ഉള്ളിലും തെളിഞ്ഞു.
ഒരിക്കൽ ഞങ്ങൾ ഒളിച്ചുപാർത്ത ഹോട്ടൽ മുറി ഓർമ വന്നു.
അവിടെ, അതേ മുറിയുടെ ജനാലപ്പടിയിൽ ഒരു ഗൗളി
ഉറക്കം തൂങ്ങുന്നത് കണ്ടപോലെ തോന്നി.

അതുവരെയും ഒച്ചവെച്ചിരുന്ന
പാർക്കിലെ പക്ഷികൾ നിശ്ശബ്ദരായി.
അതുവരെയും കളിച്ചുകൊണ്ടിരുന്ന
കുട്ടികൾ നിശ്ശബ്ദരായി.
പാർക്കിന്റെ കാവൽക്കാരൻ ധൃതിയിൽ ഗേറ്റിലേക്ക് ഓടി.

ഞാൻ വിചാരിച്ചു,
ഇതാണ് ലോകം അവസാനിക്കുന്ന നിമിഷം
ഭാവി പഴയ ഒരു പട്ടണം പോലെ
ഭൂമിക്കടിയിലേക്ക് മറയുന്ന നിമിഷം.

ലീല എന്നെ നോക്കി ചിരിച്ചു.
അവളുടെ തീണ്ടാരി മാറിയ നാളുകളായിരുന്നു.
ഞാൻ അവളുടെ കൈക്ക് മീതെ
എന്റെ മലർത്തിയ കൈ നീട്ടി വെച്ചു
കഴിഞ്ഞത് മാത്രം പറയാൻ പറഞ്ഞു : "ഭൂതം"

കൈനോട്ടക്കാരി എന്റെ കൈയിലേക്ക് നോക്കി. നെടുവീർപ്പിട്ടു.
കഴിഞ്ഞതെല്ലാം പറയാൻ തുടങ്ങി.
വളരെ മുമ്പേ മരിച്ച ഒരു ഗോത്രത്തിന്റെ കഥ പോലെ എന്ന് തോന്നി.
മോഹിച്ചതൊക്കെ കിട്ടിയല്ലോ, കൈനോട്ടക്കാരി പറഞ്ഞു:
"സ്നേഹിച്ച പെണ്ണും!"

പാർക്കിൽ പക്ഷികൾ വീണ്ടും ചിലച്ചു
കുട്ടികൾ കളിക്കാൻ തുടങ്ങി
കാവൽക്കാരൻ മടങ്ങി വരുന്നത് കണ്ടു.
ലീല പുറത്തേക്കു നോക്കുന്നത് കണ്ടു
ലീല പുറത്തേക്കു നോക്കി ചിരിക്കുന്നതു കണ്ടു
അവളുടെ തീണ്ടാരി മാറിയ നാളുകളായിരുന്നു
അവൾ ആദ്യം ചിരിക്കുന്ന നാളായിരുന്നു
ഒരിക്കൽ കവിയായിരുന്നതിന്റെ ഓർമ
എന്റെ മനസ്സിൽ പിന്നെയും വന്നുകൊണ്ടിരുന്നു... ■

നോവൽ വായനക്കാർ

ഒരു ഫ്രഞ്ചുകാരന്റെ നോവൽ വായിച്ചു.
കുറച്ചു ദിവസം മുമ്പ്.
ഇപ്പോൾ ഒരു ആഫ്രിക്കക്കാരിയുടെ
രണ്ടാമത്തെ നോവൽ വായിക്കുന്നു.

രാവിലെ ഏഴു മണി കഴിഞ്ഞിരുന്നു
ഞങ്ങൾ ബസ്സിൽ ജോലിക്കു പോകുകയായിരുന്നു
ഞാനും ലീലയും.

കലാപകാരിയും പിന്നീട് പുരോഹിതനുമായ
ഒരാളുടെ ഖബറിടത്തിൽ
ഒരിക്കൽ ഒരു വെള്ളക്കുതിരയെ കണ്ടതിനെപ്പറ്റി
ഒരു ദീർഘകവിത ഞാൻ സങ്കല്പിച്ചിരിക്കുന്നു -
ലീല പറഞ്ഞു.
ഞാൻ ഒ.വി. വിജയനെയും ഓർത്തു:

പഴയ ഒരു കെട്ടിടത്തിലേക്കുള്ള വഴിയിൽ
എതിരെ വന്ന ഒരു റിക്ഷയ്ക്കു വഴി മാറി
വിജയൻ നിൽക്കുന്നു.

ഞാൻ ഒരിക്കലേ വിജയനെ കണ്ടിട്ടുള്ളൂ.
ഇത് രണ്ടാമത്തെ പ്രാവശ്യമായിരുന്നു.

ആഫ്രിക്കക്കാരിയുടെ നോവലിലെ ഒരു മുഹൂർത്തം
ഞാൻ ലീലയോട് പറഞ്ഞു.
ഞാൻ പറയുന്നത് അവൾ ശ്രദ്ധിച്ച് കേട്ടു.
ജീവിതംപോലെ കഥയും വിശ്വസിക്കണമെന്ന്
ലീല പറഞ്ഞു.
മുടി മുമ്പോട്ടിട്ട് അതിലെ കെട്ടുകൾ
വേർപെടുത്താൻ തുടങ്ങി അവൾ.

ഞങ്ങൾ ബസ്സിൽ ജോലിക്ക് പോകുകയായിരുന്നു
ഞാനും ലീലയും.

"നോവലിൽ ഒരു കറുത്ത പൂച്ചയുണ്ട്" ഞാൻ പറഞ്ഞു:
"വാസ്തവത്തിൽ ആ പൂച്ച ഒരു പെൺകുട്ടിയാണ്"

"രാത്രിയിൽ അയൽപ്പക്കങ്ങളിൽ
പെൺകുട്ടി പൂച്ചയുടെ രൂപത്തിലെത്തുന്നു"

"കറുത്ത പൂച്ച നല്ല ശകുനമല്ല",
ലീല പറഞ്ഞു :
"അത് ദുർനിമിത്തങ്ങളുടെ സൂചനയാണ്,
നോവലിലായാലും..."

പല നിറങ്ങളിലും
പല അളവുകളിലുമുള്ള ഉടുപ്പുകൾ
ഉണക്കാനിട്ട ഒരു അയക്കോൽ
ഉച്ചവെയിലിൽ കണ്ടപോലെ എനിക്കു തോന്നി.
അയയിലെവിടെയോ ഉറക്കം തൂങ്ങുന്ന ഒരു തുമ്പിയെ
കണ്ടപോലെയും തോന്നി.

മരങ്ങളും മൃഗങ്ങളും പക്ഷികളും ഉടുപ്പുകളുമാണ്
എല്ലാ നോവലുകളിലും കൂടുതലുള്ളത്
അവയെപ്പറ്റി അധികമൊന്നും നമ്മൾ
വായിക്കില്ലെങ്കിലും.

"തീർച്ചയായും ഈ രാത്രി ഞാനൊരു സ്വപ്നം കാണും"

"അത് സ്വപ്നമല്ല"

ലീലയുടെ സാരിയുടെ പിൻഭാഗത്ത്,
അതോ മുമ്പിലോ, ഏതോ രാജ്യത്തിന്റെ
ഭൂപടം പോലെ ചോര പടർന്നിരിക്കുന്നു.
അയക്കോലിൽ സാരി നിവർത്തിയിട്ടിരുന്നു.
അയക്കോലിൽ സാരി മാത്രമേ ഉണ്ടായിരുന്നുള്ളൂ.

"ആഫ്രിക്ക പോലെയോ?" "അതോ ഇന്ത്യ പോലെയോ?"

"മണ്ണിനടിയിൽ നിന്നും കിട്ടിയ
വിശുദ്ധമായ ഒരു ഇല പോലെ"

"ചത്തപോലെ?"

"യേശുവിന്റെ മുഖംപോലെ?"

"ആവില്ല", ലീല പറഞ്ഞു:
"ഇനി മുതൽ ഞാൻ 'മെൻസസ്' ആവില്ല".

അമ്പതു വയസ്സിനു ശേഷവും
കവിതകൾ എഴുതുന്ന പുരുഷൻ
ചിലപ്പോൾ കാട്ടിലെ മൃഗത്തെപ്പോലെ
ഒരു ഗന്ധം പടർത്തും - ലീല പറഞ്ഞു:
അയൽപ്പക്കങ്ങളിലേക്ക് ആ ഗന്ധം പടരും.

"ഞാൻ ആ കുതിരയെപ്പറ്റി പറയട്ടെ?", ലീല ചോദിച്ചു.
എനിക്ക് വിജയനെ വീണ്ടും ഓർമ വന്നു.
ഞാൻ അവളെ കേൾക്കുന്നത് നിർത്തി.

അയയിൽ ഇപ്പോൾ വേറെയും കിളികളെ കണ്ടു
അയയിൽ ഉറങ്ങിയിരുന്ന തുമ്പി പറന്നുപോയിരുന്നു
കാറ്റ് വീശി. അയ, ഒരു ഊഞ്ഞാൽ പോലെ
ആടാൻ തുടങ്ങി. കിളി പാടുമെന്നു തോന്നി
തുമ്പി വീണ്ടും വന്നു.
കാട്ടിലെ മൃഗത്തിന്റെ ഗന്ധം എന്ന് ലീല പറഞ്ഞത്
എനിക്ക് ഓർമ വന്നു.

ഞങ്ങൾ ബസ്സിൽ ജോലിക്കു പോകുകയായിരുന്നു
ഞാനും ലീലയും.

മൂന്നേ മൂന്നു നിമിഷങ്ങൾ
മുമ്പിൽ നിർത്തിയിട്ടിരുന്ന കാറിൽനിന്ന്
ഒരാൾ ഇറങ്ങി.
അതിനും മുമ്പിൽ നിർത്തിയിട്ടിരുന്ന
കാറിനരികിലേക്ക് ഓടി.
ആദ്യത്തെ കാറിൽ നിന്നും ഇറങ്ങിയ ആൾ
രണ്ടാമത്തെ കാറിൽ നിന്നും ഒരാളെ
വലിച്ചു പുറത്തേക്കിട്ടു.
നിലത്തേക്ക് എറിഞ്ഞു.
ഒരു കത്തി കൊണ്ട്
അയാളുടെ കഴുത്തിൽ വെട്ടി.
ചോര തെറിച്ചു. നിലം നനച്ചു.

ഞാൻ എഴുന്നേറ്റു. ലീല എഴുന്നേറ്റു.

ഞങ്ങൾ എല്ലാവരും എഴുന്നേറ്റു.

മുന്നിലെ ട്രാഫിക്ക് ലൈറ്റിൽ
പച്ചവെളിച്ചം തെളിഞ്ഞു.
ഡ്രൈവർ ബസ് മുമ്പോട്ടെടുത്തു.
തൊട്ടു മുമ്പിലുള്ള വാഹനങ്ങൾ
കൊലപാതകം, എല്ലാം വേഗം കടന്ന്
മുമ്പിലെത്തി,
ബസ്സ് മേൽപ്പാലത്തിലേക്ക് കയറി.
ഡ്രൈവർ ഞങ്ങളെ മുന്നിലെ കണ്ണാടിയിലൂടെ നോക്കി
ഞങ്ങൾ ചിരിച്ചു.

ഞാൻ ഇരുന്നു. ലീല ഇരുന്നു.
ഞങ്ങൾ എല്ലാവരും ഇരുന്നു.

രാവിലെ ഏഴു മണി കഴിഞ്ഞിരുന്നു.
ഞങ്ങൾ ജോലിക്കു പോകുകയായിരുന്നു.

"കറുത്ത പൂച്ച നല്ല ശകുനമല്ല",
ലീല പറഞ്ഞു.
"അത് ദുർനിമിത്തങ്ങളുടെ സൂചനയാണ്,
നോവലിലായാലും..." ■

"ബൈസിക്കിൾ തീഫ്"

പുത്തൻപള്ളിയിലേക്ക് പോകുന്ന റോഡിലെ
ക്രിസ്തുമസ് നക്ഷത്രങ്ങൾ നോക്കി, ജോൺ
മരിച്ചുപോയ സിനിമാക്കാരൻ
1 2 3 4 5 6 7 8 9 10 11 12 എന്ന്
എണ്ണുകയായിരുന്നു.

ഞങ്ങൾ, ഞാനും മകളും
റോഡു മുറിച്ചു കടക്കാൻ
കാത്തുനിൽക്കുകയും.

ഒരു കറുത്ത പൂച്ച,
ദുർനിമിത്തങ്ങളുടെ പ്രവാചകപോലെ
ഒരു പൂച്ച ചാടുന്നപോലെത്തന്നെ
ബസ്സിനു മുമ്പിലേക്ക് ചാടി.

ഒരു കരച്ചിൽ കേട്ടു.
ഒരൊച്ച കേട്ടു.
പിറകെ ഇരുട്ട് വന്നു....

"ചത്തു", ഞാൻ പറഞ്ഞു.

എണ്ണം തെറ്റിയ ജോൺ
മരിച്ചുപോയ സിനിമാക്കാരൻ
പൂച്ചയെ നോക്കിയും
ബസ്സിന്റെ ഡ്രൈവറെ നോക്കിയും
ഉറക്കെ വിലപിക്കാൻ തുടങ്ങി.
ആളുകൾ കൂടി.

ജോൺ കണ്ടത്
കുരിശാരോഹണം തന്നെ

ഞാൻ വിചാരിച്ചു:
അല്ലെങ്കിൽ നരകം.

ഓടി പോയാലോ?
മൂന്നു ദിവസം കഴിഞ്ഞു വന്നാലോ?

മകൾ എന്റെ കൈ പിടിച്ചു.

ആ സമയം, ഡ്രൈവർ
ബസ് ഇടത്തോട്ട് വെട്ടിച്ചു,
ജോണിനെ നോക്കി
വലത്തോട്ട് വെട്ടിച്ചു,
മകളെ നോക്കി ചിരിച്ചു,
ചൂളം കുത്തി ബസ്
മുമ്പോട്ട് എടുത്തു..
പിറകെ വെളിച്ചം വന്നു.

ബസ്സിന്റെ നെറുകിൽ
പുലിപോലെ നിൽക്കുന്ന
പൂച്ചയെ കണ്ടപോലെ തോന്നി.

മകൾ എന്നെ വിളിച്ചു
റോഡിനെതിരേക്കു ചൂണ്ടിക്കാണിച്ചു.

നക്ഷത്രങ്ങളുടെ ഒരു കൊട്ട വെളിച്ചം
മുതുകിൽ തൂക്കി ജോൺ
മരിച്ചുപോയ സിനിമാക്കാരൻ
സൈക്കിളിൽ പാഞ്ഞുപോകുന്നത് കണ്ടു.

ഡിസംബർ ഇരുപത്തി നാലിന്
രാത്രി ഏഴേ പത്തിനും
പതിമ്മൂന്നിനുമിടയ്ക്ക്. ■

രണ്ടായിരത്തിപ്പതിനഞ്ചു കൊല്ലം

കടലിൽ പോയ മീൻപിടുത്തക്കാർ
മടങ്ങി വരികയായിരുന്നു.

അവരുടെ വഞ്ചിയിൽ
അദ്ഭുതങ്ങൾ ചിലതോർമ വന്ന മീനുകൾ
തുള്ളിച്ചാടുന്നുണ്ടായിരുന്നു.

കടൽ ഒരൊറ്റ ശ്വാസം പോലെ
നീണ്ടു നീണ്ടു പോവുകയായിരുന്നു.
ഞങ്ങൾ കരയിൽ നിൽക്കുകയും:

ലീലയും ഞാനും.

ക്രിസ്തു മരിച്ച് രണ്ടായിരത്തിപ്പതിനഞ്ചു കൊല്ലം കഴിഞ്ഞു
ലീല പറഞ്ഞു. രണ്ടായിരത്തിപ്പതിനാറ് കൊല്ലമാകുന്നു,
ഞാൻ പറഞ്ഞു. ആ സമയം, ഒരു മീൻ, അതോ
രണ്ടോ മൂന്നോ മീനുകൾ കടലിനു മീതെ പറന്നു.
പക്ഷികൾ പോലെ.

കരയിൽ നിന്ന ഒരാൾ
അടക്കാനാവാത്ത ആനന്ദത്തോടെ
കടലിലേക്ക് ഓടി.

കരയിൽ നിന്ന ഒരാൾ കൂടി
അടക്കാനാവാത്ത ആനന്ദത്തോടെ
കടലിലേക്ക് ഓടി.

മീനുകൾ ഓർത്ത അഞ്ചോ ആറോ അദ്ഭുതങ്ങൾ
ഞാൻ കണ്ടുപിടിച്ചു, ലീല പറഞ്ഞു.

“അവ എന്ത് എന്ന് ചോദിക്ക്”

“ഇല്ല”

കടലിന് മീതെ പിന്നെയും മീനുകൾ
ചിതറിപ്പറന്നു.
വഞ്ചിക്കടിയിൽ നിന്നും കടൽ
ഒരു പ്രാവശ്യം മേൽപ്പോട്ടുയർന്നു,
വഞ്ചി കാണാതായി.
ഒരാൾ കടലിനു മീതെ നടന്നു,
പിന്നെ കാണാതായി.

കരയിൽ നിന്ന ഒരാൾകൂടി
അടക്കാനാവാത്ത ആനന്ദത്തോടെ
കടലിലേക്ക് ഓടി.

"കഴിഞ്ഞു", ലീല പറഞ്ഞു.

രണ്ടായിരത്തിപ്പതിനഞ്ചു വർഷം പഴക്കമുള്ള
മരണമോ അദ്ഭുതമോ പോലെ
കടൽ മണത്തു.
കടൽപോലെ മണത്തു.

കടലിൽ പോയ മീൻപിടുത്തക്കാർ
മടങ്ങി വരികയായിരുന്നു.
അവരുടെ വഞ്ചിയിൽ
അദ്ഭുതങ്ങൾ ചിലതോർമ വന്ന മീനുകൾ
തുള്ളിച്ചാടുന്നുണ്ടായിരുന്നു.
കടൽ ഒരൊറ്റ ശ്വാസം പോലെ
നീണ്ടു നീണ്ടു പോവുകയായിരുന്നു
ഞങ്ങൾ കരയിൽ നിൽക്കുകയും:

ലീലയും ഞാനും.

ലീല എന്റെ കവിളിൽ ഉമ്മ വെച്ചു.
എന്റെ കൈ വിട്ടു.
തിരിച്ചു നടന്നു.

ഞാൻ നോക്കിയില്ല.
കടലിലേക്കും. ■

വീഴ്ച

"**മേ**ഘത്തിന്റെ നിഴൽ തെന്നുന്ന കുന്നിനെ
പരുന്ത് വലം വെച്ചു കൊണ്ടിരുന്നു.
വെയിൽ, കാറ്റ്,
ചുറ്റും വന്നു നിന്ന അതിർത്തികൾ, എല്ലാം
അതിവേഗം നിറഞ്ഞുകൊണ്ടിരുന്നു.
മരിച്ചുപോയ ആരുടെയോ വിളി കേട്ടു.
ചിറകിൽ കോർത്തിട്ട നിഴലിലേക്ക്, പിന്നെ
തൂവൽ പോലെ വീണു." ■

ചിലപ്പോൾ നീ വിശ്വസിക്കും, ചിലപ്പോൾ നീ വിശ്വസിക്കില്ല

അതെയതെ, കുളിമുറിയുടെ വാതിൽ തുറന്നിട്ട്
കുളിക്കുന്നു - നിന്നോടു പറയാം.
ഒരു കുയിൽ കൂടി അകത്തു കയറാനുണ്ട്, ഒപ്പം
ഒരു പാട്ട് മൂളാനും.

(നീ വിശ്വസിക്കും)
(നീ വിശ്വസിക്കില്ല)

ഇരിപ്പു മുറിയിലെ നിലത്ത് നിന്ന്
തലേന്നത്തെ ചൂട് വാതിൽക്കലേക്ക്
ഉരുളുന്നത് കാണും.
പത്ത് വർഷം മാത്രം ജീവിച്ച്,
ഒരു പുലർച്ചെ നായപോലെ ചത്ത
വീട്ടുനായയുടെ ഓർമ്മ പോലെ, അതേ ചൂട്
പിന്നെ കുളിമുറിയുടെ വാതില്ക്കൽ
വന്നു നിൽക്കും...

(നീ വിശ്വസിക്കും)
(നീ വിശ്വസിക്കില്ല)

ചിലപ്പോൾ നീ വിശ്വസിക്കും.
ചിലപ്പോൾ നീ വിശ്വസിക്കില്ല.

പക്ഷേ ഇങ്ങനെയൊന്നുമല്ല.
ഇങ്ങനെയും അല്ല:

പതിനെട്ടു വയസ്സിൽ മരിച്ച മുത്തശ്ശി
അമ്മയുടെ അമ്മയുടെ അമ്മയുടെ
അനുജത്തി,

പതിനെട്ടു വയസ്സുള്ള പെൺകുട്ടി
ഇരിപ്പു മുറിയിൽ നിന്ന്
അടുക്കളയിലേക്ക്
പോകുന്നത് കാണും.

കൃത്യമൊരു സമയത്ത്
ഇരിപ്പു മുറിയിലെ സോഫക്കടിയിൽ നിന്ന്
അടുക്കളയിലേക്കോടുന്ന പല്ലിയെ
എന്നും കാണുന്ന പോലെ,
ഇന്നും,
അവളുടെ യാത്ര കാണും.

പതിനെട്ടു വയസ്സിൽ മരിച്ച മുത്തശ്ശി
അമ്മയുടെ അമ്മയുടെ അമ്മയുടെ
അനുജത്തി.

(നീ വിശ്വസിക്കും)
(നീ വിശ്വസിക്കില്ല)

ഓർമ്മിക്കാൻ കരുതിവെച്ച
മുഹൂർത്തങ്ങൾപോലെത്തന്നെ
എല്ലാം:

കാതുകുത്ത് പോലെ.
ചതി പോലെ.
വിവാഹം പോലെ.
മരണം പോലെ.

നിന്നോടു പറയാം, കുളിമുറിയുടെ
വാതിൽ തുറന്നിട്ട് കുളിക്കുന്നു.
ഒരു കുയിൽ കൂടി അകത്തു കയറാനുണ്ട്, ഒപ്പം
ഒരു പാട്ട് മൂളാനും...

ചിലപ്പോൾ നീ വിശ്വസിക്കും
ചിലപ്പോൾ നീ വിശ്വസിക്കില്ല

കാലുകൾക്കിടയിൽ
അശ്രദ്ധയോടെ തൊട്ടതിന്റെ ഓർമയിൽ
കണ്ടുനിൽക്കേ
മായാൻ തുടങ്ങുന്നു,
സ്വപ്നം:

ഒരിക്കൽ ഒരു കടൽ, ഒരിക്കൽ
ഒരു തുണ്ട് സ്വർഗ്ഗം
ഒരു ദിവസത്തെ നരകം...

പക്ഷേ, ഞാൻ പാട്ട് മൂളാൻ തുടങ്ങി..

അതെയതെ, കുളിമുറിയുടെ വാതിൽ തുറന്നിട്ട്. ■

കാണൽ

"ഇനി ഒന്നും ചെയ്യാനില്ല എന്നപോലെ
ഞാൻ ഇരുന്നു. ഒരു മടിയനെപ്പോലെ.
മലർന്നു കിടക്കുന്ന വെറും നിലം പോലെ.
വീട്ടു മുറ്റത്തോ തെരുവിലെ മരത്തിലൊ
പക്ഷികൾ ചിലക്കുന്നത് കേട്ടു.
ഇനി ഭൂമി കുലുക്കമാണ് വരാനുള്ളത്
എന്ന് കൂവി വിളിച്ചപോലെ.
പിന്നെ അതും നിലച്ചു.
അമ്മ കുറച്ചു മുമ്പേ മടങ്ങി വന്നു.
വീട്ടിലേക്ക് കയറാതെ മുറ്റത്തുതന്നെ ഇരുന്നു.
ഇനി ഒന്നും ചെയ്യാനില്ല എന്നപോലെത്തന്നെ.
ഒരു സമയം ഞാൻ ദൈവത്തെ ഓർത്തു.
ഒരു സമയം ചുഴലിപോലെ വന്ന മടി
എന്നെക്കൊണ്ട് പാട്ട് പാടിപ്പിക്കുമെന്നു തോന്നി.
ഞാൻ വായ പൊത്തി. പക്ഷികൾ ചിലച്ചത്
അപ്പോഴാണ്. ഇനി ഭൂമി കുലുക്കമാണ് വരാനുള്ളത്
എന്ന് കൂവി വിളിച്ചപോലെ. പിന്നെ അതും നിലച്ചു.
അച്ഛനെ പിടിച്ചുകൊണ്ടുപോയവർ മടങ്ങിപ്പോയിരുന്നു.
അവരിലൊരാൾ വീട്ടുമുറ്റത്തേക്കെറിഞ്ഞ
കഠാര നോക്കി വീട്ടിലെ പൂച്ച
മുറ്റത്തേക്കിറങ്ങിയിരുന്നു.
ഇനി ഒന്നും ചെയ്യാനില്ല എന്നപോലെ ഞാൻ ഇരുന്നു.
ഒരു മടിയനെപ്പോലെ. ചുഴലിപോലെ വന്ന മടി,
എന്നെ വീണ്ടും പാട്ട് പാടിക്കാൻ
നോക്കുകയായിരുന്നു.
ഒരു പാട്ട് മൂളാൻ ഞാൻ തുടങ്ങുകയായിരുന്നു.
ആ സമയം അച്ഛനെ മുറ്റത്ത് കണ്ടു.
മരിച്ചവരെ കാണുന്നപോലെത്തന്നെ." ■

സൊറ

മരിച്ചവർ വന്നിരുന്ന്
സൊറ പറയുന്ന മരച്ചോട്
പ്രസിദ്ധനായ ഒരെഴുത്തുകാരന്റെ
കഥയിലുണ്ടായിരുന്നു.
വളരെ മുമ്പ് വായിച്ചതാണ്
വെറുതെ ഇരിക്കുമ്പോൾ ചിലപ്പോൾ
ഓർമ വരും. ഇന്നും ഓർത്തു.

യാത്രകൾ പക്ഷേ എനിക്കിഷ്ടമല്ല. മരിച്ചിട്ടും.
താണ്ടുന്ന ദൂരം കൊണ്ടല്ല, ഓർമയ്ക്ക് ഒപ്പമെത്തില്ല,
അല്ലെങ്കിൽ ശ്മശാനങ്ങളിൽ മാത്രം വീശുന്ന കാറ്റുപോലെ
എപ്പോഴും മടങ്ങി വന്നു.
കഥയിലെ മരച്ചോട്ടിലും പോയില്ല. മരിച്ചിട്ടും.

രാത്രിയിൽ തവളകൾ പറ്റിയിരിക്കുന്ന
നീർത്തടാകത്തിന്റെ നിശ്ശബ്ദത, പക്ഷേ
അവരെപ്പോലെ ഞാനും സ്വപ്നം കാണുന്നു.
ചന്ദ്രന്റെ നിഴൽ വീഴാത്ത ഉറക്കം
അവരെപ്പോലെ ഞാനും മോഹിക്കുന്നു.
മരിച്ചവരെ ഞാനും കണ്ടുമുട്ടുന്നു:

അന്ധനായ എഴുത്തുകാരനെ വരെ.

എന്തിന്, റോഡു മുറിച്ചു കടക്കുമ്പോൾ
ചത്തുപോയ പട്ടിയുടെ ഓട്ടം വരെ.
അത് ചെന്നൊളിക്കുന്ന ഇടംവരെ. ■

ബസ്

രാജ്യങ്ങൾക്കിടയിൽ കടലുകളില്ലായിരുന്നെങ്കിൽ
യാത്ര പോകാമായിരുന്നു എന്നു പറഞ്ഞ
വൃദ്ധനെ ഓർമ വന്നു,
ബസ്സിലിരിക്കുമ്പോൾ.

ബസ്സിന്റെ മുമ്പിലെ ചില്ലിലൂടെ ഒരു തുമ്പി
അകത്തേക്കു നോക്കുന്നുണ്ടായിരുന്നു.
വെയിലോ കടലോ മണത്ത കാറ്റ്, അതിനെ
അങ്ങനെ ഉറക്കുമെന്ന് തോന്നി.

ബസ്സിലെ ഡ്രൈവർ ബസ്സിലെ
ഒരേയൊരു യാത്രക്കാരനെ എന്നപോലെ
തിരിഞ്ഞുനോക്കി, തൊട്ടുമുമ്പേ കണ്ട ഒരു സ്ഥലം
അയാളുടെ കണ്ണിൽ തിളങ്ങി എന്നു തോന്നി.

നാല്പത്തിനാല് കൊല്ലം യാത്രയൊന്നും പോകാതെ
ഒരു കുന്നിന്റെ ചെരിവിലെ ഗുഹയിൽ
ഉറക്കം തൂങ്ങുന്ന വൃദ്ധനെ വീണ്ടുമോർത്തു
അയാളുടെ ഉറക്കത്തിലാണ് ഇനി
കരകൾ താണ്ടുക എന്നു വിചാരിച്ചു.

വെയിലോ കടലോ മണത്ത കാറ്റ്, രണ്ടാമത്തെ
യാത്രക്കാരനെ പോലെ പിറകിൽ നിന്നും
കയറി വന്നു.

തുമ്പിയെ കാണാതായി... ■

എന്റെ കസിൻ

വളരെ മുമ്പേ മരിച്ച ബന്ധു വീട്ടുജോലികൾ ചെയ്യുന്നത്
സ്വപ്നം കണ്ടുണർന്ന പകൽ, എന്റെ കസിൻ
പുതിയ മൂന്നു കവികളുടെ പുസ്തകങ്ങളുമായി
വീട്ടിൽ വന്നു.

അവൾ വാതിലിൽ മൂന്നു പ്രാവശ്യം മുട്ടി എന്നു പറഞ്ഞു.
മൂന്ന് മിനിറ്റെങ്കിലും അങ്ങനെ നിന്നു എന്നു പറഞ്ഞു.

ഞാൻ പക്ഷേ ഉറങ്ങുകയായിരുന്നു:
മരിച്ചുപോയ ബന്ധു ഒരു മഞ്ചട്ടിയിലേക്ക്
അഞ്ചോ ആറോ അതോ അതിലധികമോ മീനുകളെ
മറ്റൊരു മഞ്ചട്ടിയിൽനിന്നും
എടുത്തിടുന്നതു കണ്ടുകൊണ്ട്.
മഞ്ചട്ടികളിൽ വെള്ളം
കടൽപോലെയിളകുന്ന ഒച്ച
കേട്ടുകൊണ്ട്.

"ഞാൻ ഉറങ്ങുകയായിരുന്നു",
ഞാൻ കസിനോട് പറഞ്ഞു.

വാതിൽ തുറക്കാനായി അവൾ
കാത്തുനിന്നിരുന്നത് ഞാൻ സങ്കല്പിച്ചു.
കവികൾക്കു പരിശീലിക്കുന്ന ക്ഷമയോടെ.
അല്ലെങ്കിൽ കവികളുടെ മാത്രം ഓർമപോലെ.

എന്റെ കസിൻ,
പുതിയ മൂന്നു കവികളുടെ പുസ്തകങ്ങൾ
കട്ടിലിൽ വെച്ചു.
രണ്ടു പുരുഷന്മാരും ഒരു സ്ത്രീയും എന്ന്
കവികളെ പരിചയപ്പെടുത്തി.

മൂന്നു പുരുഷന്മാരും രണ്ടു സ്ത്രീകളും എന്ന്
മുറിയിലെ അംഗങ്ങളെ അപ്പോൾ
ഉറക്കച്ചടവോടെ ഞാനെണ്ണി.
എന്റെ കസിൻ ചിരിച്ചു.

പുരുഷന്മാരായ കവികൾ രണ്ടുപേരും
ഒരേപോലെയിരുന്നു.
പുഴകളുള്ള നാട്ടിലാവും അവർ
ജനിച്ചിരിക്കുക എന്ന് വിചാരിച്ചു.

മൂന്നാമത്തെ കവി, അവളുടെ സ്നേഹിതയാണെന്ന്
എന്റെ കസിൻ പറഞ്ഞു:
അവൾ എഴുതിയ കവിതകളൊക്കെ ഞാൻ വായിച്ചിട്ടുണ്ട്.
ഞാൻ എന്റെ കസിനെ നോക്കി.
ചത്തുപോയ മീനുകൾ ഓരോന്നായി എടുത്ത്
മരിച്ചവർക്ക് മാത്രമുള്ള ശ്രദ്ധയോടെ
മുമ്പേ മരിച്ച ബന്ധു കഴുകുന്നത്
കണ്ടപോലെ തോന്നി.
മുടങ്ങിയ വീട്ടുജോലികൾ പലതും ഓർമ്മ വന്നു.
ഞാൻ എന്റെ കസിനെത്തന്നെ നോക്കി.
മരിച്ച ബന്ധുവിന്റെ പേര്,
അവളുടെ മുഖം,
അവളുടെ ഒച്ച, എല്ലാം
ഓർമ വന്നു.
അന്തിവെളിച്ചത്തിൽ വളരെ വേഗം മായുന്ന
രാജ്യാതിർത്തികൾ പോലെ
ഉറക്കവും കഴിഞ്ഞ് തുടരുന്ന സ്വപ്നമോർത്തു.
ഭയപ്പെട്ടു.

എന്റെ കസിൻ എന്നെ
ഇറുകെ പുണർന്നു
അവൾ എന്തോ പറഞ്ഞു, ഒരുപക്ഷേ
അവളുടെ സുഹൃത്തിന്റെ
കവിതയിലെ ഒരു വരി. ഒരുപക്ഷേ
കവികളെ പറ്റി. ഒരുപക്ഷേ
പുസ്തകങ്ങളെപ്പറ്റി. ഒരുപക്ഷേ
അവളെപ്പറ്റി. ഒരുപക്ഷേ
എന്നെപ്പറ്റി.

എന്റെ കസിൻ
എന്തോ പറഞ്ഞു.

ഞങ്ങളുടെ കാലുകൾക്കടിയിൽ
കടലും മീനുകളും ഒഴുകുന്ന
വാ പൂട്ടിയ
മറ്റൊരു പകൽ ഇപ്പോൾ
പൊന്തി വരുമെന്നും
നിഷിദ്ധമായ രതി പകർത്തുന്ന
മറ്റൊരു പകൽ, ഒരു കണ്ണാടി പോലെ
അതിനുംമുമ്പേ പൊന്തി
വന്നിരിക്കുമെന്നും
ഞാൻ വിചാരിച്ചു.

എന്റെ കസിൻ കണ്ണുകളടച്ചിരുന്നു
എന്റെ കസിൻ ചുണ്ടുകൾ തുറന്നിരുന്നു
അവളുടെ കഴുത്തിലെ മുത്തുമാലയിൽ
വെളിച്ചം മുറിയുന്നുണ്ടായിരുന്നു
മുറിയിലെ കവികൾ, രണ്ടാണും ഒരു പെണ്ണും
പുറത്തേക്കിറങ്ങി പോയിരുന്നു.
അപ്പോഴും,
വളരെ മുമ്പേ മരിച്ച ബന്ധു
വീട്ടുജോലികൾ ചെയ്യുന്നത്
ഞാൻ വീണ്ടും കണ്ടു.
ഒരു പാത്രമോ ഒരു സ്പൂണോ ഒരു ഗ്ലാസോ
മീനുകൾ തന്നെയോ നിലത്തേക്ക് വീണു എന്നു തോന്നി
ആ സമയം അവൾ, എന്റെ കസിൻ
എന്റെ വായിൽ അവളുടെ വായ വെച്ചു.
ലോകം അടഞ്ഞു, ഞാൻ തനിച്ചായി.

വളരെ വളരെ തനിച്ചായി. ■

പക്ഷിപോലെ പറന്നിട്ടില്ല ഒരു യുദ്ധവിമാനവും

പക്ഷിപോലെ പറന്നിട്ടില്ല ഒരു യുദ്ധ വിമാനവും.
പക്ഷിപോലെ വഴി മറന്നിട്ടുണ്ടാവില്ല,
മുമ്പ് നുകർന്ന മണമോർത്ത് വഴിയിൽ
തങ്ങി നിന്നിട്ടുണ്ടാവില്ല.

ഏതോ വീറിന്റെ ഓർമയിൽ പറന്നിട്ടേയുള്ളൂ
ഏതോ യുദ്ധദേവതയുടെ രൂപമാർന്ന മേഘത്തിനൊപ്പം.
ഏതോ വീറിന്റെ ഓർമ മുരണ്ട്, ഒരു
ജന്തുപോലെ.

അല്ലാതെ,

പക്ഷിപോലെ പറന്നിട്ടില്ല ഒരു യുദ്ധ വിമാനവും. ■

എട്ടാമത്തെ വിദ്യ

"Now I know what a ghost is.
Unfinished business, that's what."

- Salman Rushdie, The Satanic Verses

രാജ്യത്തെ പല പട്ടണങ്ങളിലും ഒരു ദിവസം
ഒരേസമയം പ്രത്യക്ഷപ്പെട്ട വൃദ്ധന്റെ പ്രേതം
പിന്നീട് അതേ പട്ടണങ്ങളിലൊന്നിൽ
പഴയൊരു മേൽപ്പാലത്തിന്റെ താഴെ
വിശ്രമിക്കുകയായിരുന്നു.

വൃദ്ധൻ തൊട്ടുമുമ്പേ കഴിഞ്ഞ തന്റെ
"മാജിക്ക്" ഓർമിച്ചു :
അതേ നടത്തം അതേ വേഗത അതേ കൈവീശൽ
മരിക്കുമ്പോൾ കൂടെ പോന്ന അതേ കാറ്റ്,
എല്ലായിടത്തും ഒരേപോലെത്തന്നെ.
വൃദ്ധനു ചിരി വന്നു.

അതേ തെരുവില് ആ സമയം തന്റെ
ഏഴാമത്തെ വിദ്യയും കാണിച്ച പെൺകുട്ടി

(ഏഴാമത്തെ വിദ്യ :
ഇടത്തേ കാൽ പിറകിലൂടെ ഉയർത്തി
പെരുവിരൽ കൊണ്ട് നെറുകിൽ തൊട്ട്
ഒന്നോ രണ്ടോ മിനിട്ട് നിൽക്കുക
അച്ഛൻ പഠിപ്പിച്ച അതേപോലെ)

അതേ തെരുവില് ആ സമയം തന്റെ
ഏഴാമത്തെ വിദ്യയും കാണിച്ച പെൺകുട്ടി
അതേ മേൽപ്പാലത്തിന്റെ താഴെ
പുഴപോലെ ഒഴുകുന്ന നിഴലിൽ

മൂത്രമൊഴിക്കുകയായിരുന്നു
പെൺകുട്ടി വൃദ്ധനെ കണ്ട് അദ്ഭുതപ്പെട്ടു.

തൊട്ടു മുമ്പേ മൂളിയ സിനിമാപ്പാട്ട് മറന്നു
മൂത്രം മുറിഞ്ഞു, ഓ, താങ്കളോ!
അവൾ വീണ്ടും വീണ്ടും അദ്ഭുതപ്പെട്ടു.
ഓടിച്ചെന്ന് വൃദ്ധന്റെ കൈ പിടിച്ചു.

വളരെ പഴക്കമുള്ള ഒരുമരണം
ഇളം ചൂടോടെ അവളുടെ ഉള്ളംകൈയിൽ
പക്ഷി പോലെ മിടിച്ചു.

എന്റെ കൂടെ വരൂ എന്ന് വൃദ്ധനെ
മുമ്പോട്ടു വലിച്ചു.
തൂവൽപോലെ
വൃദ്ധൻ അവളുടെ കൈകളിൽ
ഉയർന്നു.

നീ ഈ വൃദ്ധനെ എന്തു ചെയ്യാൻ പോകുന്നു,
തന്റെ കൈയിലെ നീളൻ വടിയുടെ അറ്റം പിടിച്ച്
തെരുവിലേക്ക് പറന്ന പെൺകുട്ടിയോട്
വൃദ്ധൻ ചോദിച്ചു. പെൺകുട്ടി പൊട്ടിച്ചിരിച്ചു.
ഇടത്തേ കൈ ഉയർത്തി അവൾ മാനത്ത്
ഒരു വൃത്തം വരച്ചു. അതൊരു ഭൂപടമെന്നു
വൃദ്ധനു തോന്നി. അതോ സൂര്യനൊ.

അത്ര നേരം തെരുവിൽ കെട്ടുപിണഞ്ഞ് കിടന്ന
രണ്ട് കാറ്റുകൾ
രണ്ടു വഴിക്ക്
പറന്നു

വീണ്ടും ഒരു മാജിക്ക്! വൃദ്ധന് ചിരി പൊട്ടി.
അതേ നടത്തം അതേ വേഗത അതേ കൈവീശൽ
മരിക്കുമ്പോൾ കൂടെ പോന്ന അതേ കാറ്റ്
"എങ്കിൽ നിന്നെ ഞാൻ തോല്പിക്കും", വൃദ്ധൻ
പെൺകുട്ടിയോട് വാതു വെച്ചു.

"അതിന് ഒന്നുകൂടി വരേണ്ടി വരും",
പെൺകുട്ടി പെരുവിരൽകൊണ്ട്
തലയ്ക്കു മീതെ രണ്ടുതവണയാട്ടി
അതായിരുന്നു, ആ ദിവസത്തെ
അവസാനത്തെ കളി, അവളുടെ
എട്ടാമത്തെ വിദ്യ! ■

കണ്ണൂർ ഡീലക്സ്

2016.26.10 night 9:28

തിരുവനന്തപുരം റെയിൽവേ സ്റ്റേഷനിൽ
പ്ലാറ്റ്ഫോം അവസാനിക്കുന്നിടത്ത്
സി ഐ ഡി നസീർ നിന്നു,
'കണ്ണൂർ ഡീലക്സ്' വരുന്നതും കാത്ത്.

നസീറിനും പിറകെ സ്റ്റേഷനിലെ മുഴുവൻ ആളുകളും നിന്നു
നസീർ ഇടത്തേ കൈ ഉയർത്തി വാച്ചിൽ നോക്കി
സ്റ്റേഷനിലെ മുഴുവൻ ആളുകളും വാച്ചിൽ നോക്കി

അതേ വണ്ടിയിൽ യാത്ര ചെയ്തിരുന്ന
മുഖ്യമന്ത്രിയും വാച്ചിൽ നോക്കി
ബോഗിയിൽ തന്റെകൂടെത്തന്നെ
യാത്ര ചെയ്യുകയായിരുന്ന
രണ്ട് അംഗരക്ഷകരെയും നോക്കി.
ഒരാൾ മുഖ്യമന്ത്രിയെ നോക്കി കൈ കൂപ്പി

അതിനും പിറകിലെ അതിനും അതിനും
പിറകിലെ ബോഗിയിൽ യാത്ര ചെയ്തിരുന്ന
അന്ധനായ യാചകൻ അന്ധയായ ഭാര്യയുടെ
ചെവിയിൽ എന്തോ പറഞ്ഞു
വണ്ടിയുടെ വാതിൽക്കലേക്ക് നടന്നു.
കാറ്റിൽ നിന്നും അതുവരെയും
ഒളിപ്പിച്ചുവെച്ചിരുന്ന കൈകൾ അവൾ
മടിയിൽ മലർത്തി വെച്ചു.

ഒരു തുമ്പി അതേ ബോഗിയിൽ നിന്നും
പുറത്തേക്ക് പറന്നു.

മുപ്പതോ നാൽപ്പതോ വർഷം മുമ്പ് കണ്ട
ഒരു സിനിമ ഇങ്ങനെ ആറോ ഏഴോ വരികളിൽ

ഞാൻ കണ്ടുകൊണ്ടിരിക്കുകയായിരുന്നു
ടാക്കീസുകളിലെ ഇരുട്ടിൽ എന്നപോലെ.

ആ സമയം,

പിറകിലെ അതിനും അതിനും
പിറകിലെ ബോഗിയിൽ നിന്നും ഒരു പെണ്ണ്
മുപ്പതോ നാൽപ്പതോ വർഷം മുമ്പ് കണ്ട
ഒരു സിനിമാനടിയെപ്പോലെ
എന്റെ അരികിലേക്ക് വന്നു
തീ പോലെ ഒരു കാറ്റ് ജനലിലൂടെ
അകത്തേക്കു വന്നു.

“അനങ്ങിയാൽ നിന്നെ കൊന്നുകളയും”
മൃദുവായി എന്റെ ചെവിയിൽ അവൾ പറഞ്ഞു.
എന്റെ അരികിൽ അവൾ ഇരുന്നു.
അവളുടെ വായിൽ
പിങ്ക് നിറമുള്ള ച്യൂയിംഗം
ഒരു ജന്തുപോലെ
തല കാണിച്ചു.
ബോഗിയിൽ ഒരു മണം പരന്നു,
ഒരുപക്ഷേ വണ്ടിക്കുള്ളിൽ മുഴുവൻ.

കൽക്കരിയുടെ മണം എന്നു തോന്നി. അതോ
അടയുന്ന ഒരു കോട്ടുവായ്ക്കുള്ളിൽ
വണ്ടി നൂഴുകയാണ് എന്നു തോന്നി.
ഞാൻ കണ്ണുകളടച്ചു.

സി ഐ ഡി നസീർ തന്റെ കോട്ടിന്റെ
വലത്തേ കീശയിൽ നിന്നും
ഒരു കൈത്തോക്ക് എടുക്കുന്നതു കണ്ടു.
മുഖ്യമന്ത്രിയുടെ അംഗരക്ഷകരിലൊരാൾ
ജനലിലൂടെ വണ്ടിക്കടിയിലേക്ക്
നോക്കുന്നതു കണ്ടു.
താഴെ ചക്രങ്ങൾക്കടിയിലരയുന്ന
വണ്ടിയുടെ നിഴൽ
എല്ലാ ബോഗികളിലും
ഓടുന്നതു കണ്ടു.

ഞാൻ വിറച്ചു.
“തള്ളക്ക് പിറക്കാത്തവനെ!
നീ ഇരിക്കുന്ന തീട്ടത്തിനു മീതെത്തന്നെ

നീ ചത്തു വീഴും, തെണ്ടിത്തീനിയായ
നട്ടുച്ച ഈച്ചപോലെ”

അരികിലിരിക്കുന്ന പെണ്ണ്
മൃദുവായി എന്റെ ചെവിയിൽ പറഞ്ഞു.
മുപ്പതോ നാൽപ്പതോ വർഷം മുമ്പ് കണ്ട
ഒരു സിനിമാനടിയെ ഞാൻ ഇപ്പോഴും ഓർത്തു

ഞാൻ കണ്ണുകൾ തുറന്നതേയില്ല

ചീയാൻ തുടങ്ങുന്ന ഒരു കൊലപാതകം
മറ്റൊരു തണുപ്പിലേക്ക് കുതിക്കുന്നപോലെ
എനിക്ക് തണുക്കാൻ തുടങ്ങി.

അന്ധനായ യാചകൻ
അന്ധയായ ഭാര്യയുടെ ചെവിയിൽ
എന്തായിരിക്കും പറഞ്ഞിരിക്കുക എന്ന്
ഞാൻ ഓർത്തതേ ഉള്ളു:

വണ്ടി പെട്ടെന്ന് നിന്നു.
ഞാൻ സീറ്റിൽ നിന്നും താഴോട്ടു വീണു,
ഒരുപക്ഷേ ഒരു കൊട്ട തീട്ടം പോലെ.

തോക്കിൽ നിന്നും വന്ന വെള്ളപ്പുക ഊതുന്ന
സി ഐ ഡി നസീറിനെ
വണ്ടിക്കുള്ളിൽ നിന്നും
തല നീട്ടി നോക്കുന്ന മുഖ്യമന്ത്രിയുടെ
അംഗരക്ഷകരെ
ബോഗിക്കുള്ളിലേക്കു പറന്നു വന്ന
തുമ്പിയെ കണ്ടതൊഴിച്ചാൽ,

ആ പഴയ സിനിമാപ്പേരോ
അതിന്റെ കഥയൊ പിന്നെ
ഞാൻ ഓർത്തില്ല.

എനിക്ക് ഉറപ്പായിരുന്നു:
ഒരു കഥയിലെന്നപോലെ, അല്ലെങ്കിൽ
ഒരു രഹസ്യത്തിലെന്നപോലെ
ഇപ്പോഴും ഞാൻ ഒളിച്ചുതാമസിക്കുകയായിരുന്നു
‘കണ്ണൂർ ഡീലക്സി’ലും. ■

അദ്ഭുതങ്ങൾ ഒന്നൊന്നായി വരികയാണെന്ന് എനിക്ക് ഉറപ്പായി

ഇക്കഴിഞ്ഞ ഈസ്റ്റർ നാൾ, രാവിലെ
പുത്തൻപള്ളിയിലേക്കുള്ള ഇടവഴിയിലൂടെ
പഴങ്ങൾ നിറച്ച ഉന്തുവണ്ടിയുമായി
യേശു നിരത്തിലേക്ക് വന്നു.

അപ്പൻ അമ്മച്ചി തെരേസാ
മൂന്നുപേരും പള്ളിയിലേക്ക് ഓടി.

ഞാൻ പക്ഷേ വീട്ടിൽത്തന്നെ ഇരുന്നു.

ഉമ്മറത്തെ ജനൽച്ചില്ലിൽ മുഖം നോക്കുന്ന പ്രാവിനെ
അതിനും മുമ്പ് ഞാൻ കണ്ടിരുന്നു
അദ്ഭുതങ്ങൾ ഒന്നൊന്നായി വരികയാണെന്ന്!
എനിക്ക് തീർച്ചയായിരുന്നു

ഞാൻ വീട്ടിൽത്തന്നെ ഇരുന്നു.

ഇനി, പഴങ്ങൾ നിറച്ച ഉന്തുവണ്ടിയിലിരുത്തി കർത്താവ്
അപ്പനെയും അമ്മച്ചിയെയും തെരേസായെയും
ആദ്യം പള്ളിക്ക് ചുറ്റും പിന്നെ അങ്ങാടിയിലെ
തമ്പുരാന്റെതന്നെ പ്രതിമയ്ക്കു ചുറ്റും വട്ടമിട്ടു എന്നിരിക്കട്ടെ,

ഇനി, അവരെ മൂന്നു പേരെയും
വീട്ടിലേക്ക് പറഞ്ഞയച്ചില്ല എന്നിരിക്കട്ടെ,
ഞാൻ വീട്ടിൽത്തന്നെ ഇരിക്കുമെന്നു തീർച്ചയായിരുന്നു.

ഞാൻ വീട്ടിൽത്തന്നെ ഇരുന്നു.

ലോകം വളരെ വളരെ വലുതാണെന്നും
ലോകം വളരെ വളരെ ചെറുതാണെന്നും
എന്റെ ഹൃദയം ക്രമംതെറ്റി മിടിക്കുന്നുണ്ടായിരുന്നു

മുറ്റത്തെ മുറുക്കിയടക്കാത്ത പൈപ്പിൽനിന്നും വെള്ളം,
താഴെ ചരലിൽ വീണു ചിതറുന്നുണ്ടായിരുന്നു
വീടിന്റെ മേൽപ്പുരയിലേക്ക് പക്ഷിപോലെ ഒരു മേഘം
പറക്കുന്നുണ്ടായിരുന്നു

ആ സമയം,

വീട്ടിലെ കുളിമുറിയിൽ നിന്നും
തെരേസാ ഉറക്കെ കരഞ്ഞു.

ഞാൻ ഓടിച്ചെന്നു
അമ്മച്ചി ഓടി വന്നു
അപ്പച്ചൻ ഓടി വന്നു

കരഞ്ഞുകൊണ്ടുതന്നെ തെരേസാ
കുളിമുറിയുടെ വാതിൽ തുറന്നു.

തെരേസാ പാവാട വിടർത്തിപ്പിടിച്ചിരുന്നു
പറക്കാൻ എന്നപോലെ.

അങ്ങനെ കരഞ്ഞുകൊണ്ടുതന്നെ
അങ്ങനെ പാവാട പിടിച്ചുകൊണ്ടുതന്നെ
തെരേസാ കുളിമുറിയിൽ നിന്നു.

ഉമ്മറത്തെ ജനൽച്ചില്ലിൽ നിന്ന് പറന്നുപോയ കാറ്റ്
അവളെ കൊണ്ടുപോകാൻ അകത്തേക്ക് കയറി

ആ സമയം,

അമ്മച്ചി അവളെ നോക്കി പൊട്ടിച്ചിരിച്ചു
അമ്മച്ചി കുളിമുറിയിലേക്ക് കയറി അവളെ വട്ടം പിടിച്ചു
അമ്മച്ചി അവളെ ഒന്ന് രണ്ട് മൂന്ന്! നാല് ഉമ്മ വെച്ചു.

അമ്മച്ചി അപ്പച്ചനെ നോക്കി ചിരിച്ചു
അമ്മച്ചി എന്നെ നോക്കി ചിരിച്ചു

പിന്നെ,
അമ്മച്ചി കുളിമുറിയുടെ വാതിൽ ചാരി.

അദ്ഭുതങ്ങൾ ഒന്നൊന്നായി വരികയാണെന്ന്
എനിക്ക് ഉറപ്പായി.

ഞാനും പള്ളിയിലേക്ക് ഓടി. ■

അമ്മാവൻ

രണ്ടാമത്തെ ഇന്ത്യാ -
പാക്കിസ്ഥാൻ
യുദ്ധത്തിൽ മരിച്ച അമ്മാമയ്ക്ക്
ഈ ദീവാലിക്ക്
കത്ത് എഴുതാനിരിക്കുന്ന ഏടത്തിയെ കണ്ട്

കണ്ട് കണ്ടിരിക്കുമ്പോൾ

ഇന്നലെ വീട്ടിൽ വന്ന വെള്ള പൂച്ചക്കുട്ടി,
ഇപ്പോൾ മേലാകെ കറുപ്പ് പൂശി ഇരിക്കുന്നു!
ഏടത്തിയുടെ തൊട്ടടുത്ത്.
മരിച്ച അമ്മാവനെപ്പോലെ ■

വിഭജനം

ഗോപി, കോഴിക്കോട്ടെ തയ്യൽക്കാരൻ
1974-1975ലെ അടിയന്തിരാവസ്ഥക്കാലത്ത്
ജയിലിലായിരുന്ന സമയം
'നായ' എന്ന ഒരു കഥ എഴുതിയിരുന്നു.

സാരമിതാണ് :

നായ:
ഇരുപത്തിയൊന്നു മാസത്തോളം നീണ്ടുനിന്ന ഒരു പകൽ
കത്തിമൂർച്ചപോലെ തെളിഞ്ഞ വെളിച്ചത്തിലേക്ക്
നായ ഇറങ്ങിപ്പോയതായിരുന്നു,
അഭിവന്ദ്യനായ പുരോഹിതന്റെ വളർത്തുമൃഗം.

മറ്റൊരു ഇടമോ മറ്റൊരു ഇണയോ തേടി ഇറങ്ങിയതാകണം,
അറിയില്ല.
ചൂരോ നിഴലോ കണ്ട് നിന്നിരിക്കണം, അറിയില്ല.

പകൽ പക്ഷേ നീണ്ടു നീണ്ടുപോയി. അതിന്റെ നടത്തവും.
('അവന് ഉറങ്ങാൻ തോന്നി') എന്നൊരു വരി
കഥയിലുണ്ടായിരുന്നു.
നീണ്ടുപോയ പകലിനൊടുവിലാണോ
കത്തിമൂർച്ചപോലെ പടർന്ന
പകലിനെപ്പറ്റിത്തന്നെയാണോ
ഇണയെ പിരിഞ്ഞതിനുശേഷമാണോ
'അവന് ഉറങ്ങാൻ തോന്നി'യത് എന്ന്
കഥയിൽ ഇല്ല.

പക്ഷേ, എഴുപതാമത്തെ വയസ്സിൽ,
മരിക്കുന്നതിനു തൊട്ടുമുമ്പേ, ഗോപി,
കോഴിക്കോട്ടെ തയ്യൽക്കാരൻ,

ആ മൃഗത്തെ
അതേപോലെ വീണ്ടും കണ്ടു:

അതേ അലച്ചിൽ, അതേ പകൽ, അതേ നായ.

വിജനമായ ഒരു തെരുവും ഒരു മേൽപ്പാലവും
അതേ വിജനതയ്ക്ക് കുറുകെ പറന്ന പക്ഷിയും
ആകാശവും കണ്ടതൊഴിച്ചാൽ
പിന്നെയൊന്നും കണ്ടില്ല.
ഒന്നും ഓർത്തില്ല.
കഥയോ.

അതിനാൽ,
തൊട്ടുപിന്നെ വന്ന മരണവും അതേപോലെ
വിജനമായിരുന്നു.
ജയിലിലായിരുന്ന സമയംപോലെ തന്നെ. ■

"ബൈ"

ലിഫ്റ്റിന് കാത്തുനിന്ന ചെറുപ്പക്കാരി
അതിന്റെ അടഞ്ഞ വാതിലിൽ
അവളെത്തന്നെ നോക്കി നിന്നു
രണ്ട് കവിളുകളും മാറി മാറി
കാണിച്ചു. എന്തോ
പറഞ്ഞു.

പിന്നെ

നെടുകെ പിളർന്ന
ലിഫ്റ്റിലേക്ക്
കയറിപ്പോയി.

പുറത്ത്
ഒരു കസേരയിൽ
ഞാൻ
വെറുതെ
ഇരിക്കുകയായിരുന്നു
അതോ
പലതുമോർത്തോ.

ഒരു പക്ഷി മാത്രം മാനത്ത്
പറക്കുന്നുണ്ടായിരുന്നു
പക്ഷികൾ പോലെ മേഘങ്ങൾ
അതിനൊപ്പം
പറക്കുന്നുണ്ടായിരുന്നു

പിന്നെ
ലിഫ്റ്റ് ഒച്ചയോടെ വന്നു നിന്നു
ലിഫ്റ്റിൽ നിന്നും ഭാരമുള്ള ഒരു പെട്ടി

പുറത്തേക്ക് വലിച്ചിറക്കുന്ന
ചെറുപ്പക്കാരിയെ വീണ്ടും
കണ്ടു.

അവളുടെ തോൾസഞ്ചിയിൽ നിന്നും
തവിട്ടു നിറമുള്ള ഒരു പാവ
മറ്റൊരു ഭൂഖണ്ഡത്തിലെ
മറ്റൊരു പെൺകുട്ടിയുടെ ശാന്തതയോടെ
പുറത്തേക്ക് നോക്കുന്നുണ്ടായിരുന്നു.

ആ സമയം

എന്റെ കസേരക്കടിയിൽ
അതുവരെയും കിടന്നിരുന്ന പൂച്ച
റോഡിലേക്ക് ഓടി.
റോഡിൽ ഒരു ചെറുപ്പക്കാരൻ
അവന്റെ സൈക്കിൾ പെട്ടെന്ന്!
വെട്ടിച്ചു, നിലത്ത് കാലുകൾ കുത്തി
വഴിയരികിലേക്ക് മാറി.

പൂച്ച റോഡിനപ്പുറത്തെത്തി
എന്നെ തിരിഞ്ഞു നോക്കി.

ചെറുപ്പക്കാരി എന്റെ
തലയിൽ കൈവീശി തൊട്ടു
എന്നോട് ബൈ പറഞ്ഞു
അവളുടെ തോൾസഞ്ചിയിൽ നിന്നും
തവിട്ടു നിറമുള്ള ഒരു പാവ
മറ്റൊരു ഭൂഖണ്ഡത്തിലെ
മറ്റൊരു പെൺകുട്ടിയുടെ ശാന്തതയോടെ
അപ്പോഴും പുറത്തേക്ക്
നോക്കുന്നുണ്ടായിരുന്നു.

ആ ആഴ്ചയിലെ അവസാനത്തെ ദിവസം
രാവിലെ പത്തിനോ
പത്തരയ്ക്കോ. ■

ഒരു വൈകുന്നേരം

പുഴയുടെ കരയിലെ പഴയൊരു
വഞ്ചിയുടെ മുമ്പിൽ നിന്നുകൊണ്ട്
നാല് പെൺകുട്ടികളിലൊരാൾ
അവളുടെ മൊബൈലിൽ
നാലു പേരുടെയും ഫോട്ടോ
പകർത്തുകയായിരുന്നു

ഒരു വൈകുന്നേരം.

പുഴയിലെ വെള്ളം വറ്റിയിരുന്നു
ആഴമുള്ള നിശ്ശബ്ദതയിലേക്ക് പുഴ
പടർന്ന് പടർന്ന് പോവുകയായിരുന്നു

ആ സമയം, പെൺകുട്ടികളിലൊരാൾ
അതുവരെയും പിടിച്ചുവെച്ചിരുന്ന
ഫ്രെയിമിൽ നിന്നും
മുമ്പോട്ടോടി

നീന്താൻ എന്നപോലെ
പുഴയിലേക്ക്
ചാടി.

പിന്നീട്, ഫോട്ടോ കാണാൻ
നാലു പെൺകുട്ടികളും
വഞ്ചിയിൽ കയറി ഇരുന്നു
അവരുടെ നിഴലുകൾക്കുമൊപ്പം

അതേ നിശ്ശബ്ദയിലേക്ക് പടരുന്ന
പുഴയുടെ കരയിൽ

ഒരു വൈകുന്നേരം. ■

ലക്നോ, 2016 ഡിസംബർ

ലക്നോവിൽ പുതിയതായി താമസിക്കാനെത്തിയ
കുടുംബത്തിനുവേണ്ടി പ്രാർത്ഥിക്കാൻ പോവുകയായിരുന്നു
സേവിയറച്ചൻ, അച്ചൻ കയറിയവണ്ടിയിൽ
അച്ചനൊപ്പം സാത്താനും കയറി, അച്ചനൊപ്പം ഇരുന്നു.

ഞാനും ലക്നോവിലേക്കു തന്നെ, സാത്താൻ പറഞ്ഞു.

തൊട്ടുമുമ്പേ വണ്ടിയിൽ നിന്നും നോക്കുമ്പോൾ
മഞ്ഞിൽ കൊളുത്തിയിട്ടപോലെ
ചാഞ്ഞും ചെരിഞ്ഞും വന്നുകൊണ്ടിരുന്ന
സൈക്കിൾയാത്രക്കാരനായിരുന്നു,
സേവിയറച്ചന്റെ മനസ്സിൽ.

ചെറുപ്പത്തിലേ മരിച്ച ഒരാളുടെ നിഴൽപോലെ എന്നോ
എന്ത് പറയാനാണ് ഇങ്ങനെ ഓടിവന്നത് എന്നോ
ആലോചിച്ച്, അച്ചൻ ജനലിലൂടെ വീണ്ടും
പിറകോട്ടു നോക്കി :

ഒരു കുന്നും
കുന്നിനുമീതെ
ഒരു ചീന്ത്
വെളിച്ചവും
വെളിച്ചത്തിൽ
ചിറകുരഞ്ഞപോലെ
ഒരു വരയും കണ്ടു.

അച്ചൻ കുരിശ് വരച്ചു.

ലക്നോവിലേക്കുള്ള ദൂരം സാത്താൻ ചോദിച്ചു
അച്ചൻ ദൂരം പറഞ്ഞു.
വായിക്കുന്ന പത്രം തലേന്നത്തെയാണോ എന്നും
സാത്താൻ ചോദിച്ചു. കൈ നീട്ടി പത്രം തൊട്ടു.

എല്ലാ ദിവസവും ഒന്നുതന്നെ എന്നോ, അല്ലെങ്കിൽ
ഈ ലോകത്ത് എല്ലായിടത്തും ഒറ്റ ദിവസമേ ഇനി
ഉള്ളൂവെന്നോ പറയുകയാണ്, അച്ചൻ വിചാരിച്ചു.

'ഇന്നത്തേതുതന്നെ', അച്ചൻ പറഞ്ഞു.

നിരത്തിലേക്ക് കയറുന്ന പന്നികളുടെ ഒരു നിര
ജനാലയിലൂടെ രണ്ടു പേരും കണ്ടു
രണ്ടു പേരെയും ഒരേ കാറ്റ് തൊട്ടു.

അച്ചനെ കൂട്ടിക്കൊണ്ടുപോകാൻ
സ്റ്റേഷനിൽ വന്ന കുടുംബത്തിലെ മുതിർന്ന ആൾ
കുടുംബത്തിലെ ഏറ്റവും ഇളയ അംഗത്തെ
അച്ചനു പരിചയപ്പെടുത്തിക്കൊടുത്തു.
ആറു വയസ്സുള്ള അവൻ
താൻ വന്നത് സൈക്കിളിലാണ് എന്ന് പറഞ്ഞു
എല്ലാവരും ചിരിച്ചു
അച്ചൻ അവന്റെ നെറുകിൽ മുത്തി
അച്ചൻ അവന്റെ പേര് ചോദിച്ചു.
കുട്ടി പേര് പറഞ്ഞു.

സാത്താൻ പക്ഷേ കുട്ടിയുടെ വലിപ്പത്തിൽ
അവനോളം പ്രായത്തിൽ നിന്നു
കുട്ടിയുടെ കൈ പിടിച്ചു
ഒരു കുട്ടിയെപ്പോലെ, അല്ലെങ്കിൽ
ഒരു കുള്ളനെപ്പോലെ.

ഞാനും നിന്റെ സൈക്കിളിൽ
വീട്ടിലേക്കു വരുന്നു, സാത്താൻ പറഞ്ഞു
പിന്നെ അച്ചനെ നോക്കി.

ഇതെല്ലാം നടന്നത്, ക്രിസ്തുവർഷം
രണ്ടായിരത്തി പതിനാറ് ഡിസംബറിലും.

ക്രിസ്തുമസിനും മുമ്പ്, സേവിയറച്ചനെ
കാണാതായതിന്റെ തലേന്ന്. ■

ശീർഷാസനം

തല കീഴായി തൂങ്ങി കിടന്നു,
താഴെ, തേൻ പോലുറങ്ങും
കാറ്റിനെ കാത്ത്,
പറക്ക്, പറക്ക് എന്ന്
ഓർമ്മിപ്പിക്കാൻ. ■

www.ingramcontent.com/pod-product-compliance
Lightning Source LLC
LaVergne TN
LVHW100540051026
849519LV00003B/831